# விண்வெளி நாட்டாமைகள்

## *Race For Cosmos*

நவீனா அலெக்சாண்டர்

அறம்
பதிப்பகம்

விண்வெளி நாட்டாமைகள்

நவீனா அலெக்சாண்டர்

முதல் பதிப்பு - ஜனவரி 2023

வெளியீட்டு எண்: 81

வெளியீடு: அறம் பதிப்பகம்

Vinveli Natamaigal

Author: Naveena Alexander



First Edition: January 2023

Published by: Aram Publication

Address: No. 3/582, Mullai Street,

Kasthuribai Nagar, Mullipattu village & post

Arani Taluk - 632316

Tiruvannamali Dt, Tamil Nadu

Contact Cell No: 9150724997

e-mail: arampublication50@gmail.com

Designer: G. Murugan

Printed at Durga Printers, Chennai - 14

**Pages: 125**

**ISBN 978-93-91480-49-3**

# பொருளடக்கம்

# முன்னுரை

தமிழில் விண்வெளி துறை சார்ந்த நான்-பிக்சன் *(non-fiction)* புத்தகங்கள் வெளிவருது மிகவும் குறைவு. மிக நிச்சயமாக, வெளிவருவதேயில்லை என்று கூட கூறலாம். கதைகளும், கவிதைகளும், மொழிப் பெயர்ப்புகளுமே தமிழ் இலக்கிய உலகின் முதலும் முற்றுமான செயல்பாடுகளாக இருப்பதால் ஒவ்வொரு துறை சார்ந்த நான்-பிக்சன் *(non-fiction)* புத்தகங்கள் என்பதற்கு தமிழில் வாய்ப்புகளேக் கிடையாது.

தமிழ் இலக்கிய உலகம் நெருப்புக் கோழியாக பூமிக்குள் தலையை புதைத்துக்கொண்டால் உலகம் அதன் செயல்பாடுகளை நிறுத்திக்கொண்டு குழிக்குள் போய் படுத்துக்கொள்ளுமா என்ன. டெக் நிறுவனங்களும், அவை சார்ந்த நவீன தொழில் நுட்ப கண்டுபிடிப்புகளும், அறிவியல் புனைவுக் கதைகளில் *(sci-fi stories)* மாத்திரமே சாத்தியம் என்று கருதப்பட்டு வந்த உலகத்தை சிறிது சிறிதாக நிதர்சன உண்மையாக ஆக்கிக்கொண்டிருக்கிறது.

மண்ணைத் தொடர்ந்து விண்ணிலும் டெக் நிறுவனங்கள் தங்களுடைய தொழில் நுட்ப பிரம்மாண்டங்களை தொடங்கிவிட்டன. அடுத்து வரயிருக்கும் பத்து வருடங்களில் விண்ணில் பல தொழில் நுட்ப அதிசயங்களை காணயிருக்கிறோம். விண்வெளி சுற்றுலா *(Space Tourism)*, விண்வெளி குடியேற்றம் *(Space Colony)*, விண்வெளி விடுதி *(Space Hotel)*, விண்வெளி பூங்கா *(Space Park)*, விண்வெளி ஆய்வகம் *(Space Laboratory)*, விண்வெளி சுரங்கம் *(Space Mining)*, விண்வெளி மின் உற்பத்தி *(Solar Power Satellite)*........ இப்படி பட்டியல் நீண்டபடி இருக்கிறது.

இத்தகைய தொழில் நுட்பங்களை தமிழகத்தில் நாம் சாத்தியப்படுத்தவில்லை என்றாலும் குறைந்தபட்சம் அவைகளை குறித்த வெகுசன விவாதங்களையாவது முன்னெடுக்கலாம்தானே. முன்னெடுப்பது யாருடைய வேலை, எழுத்தாளர்களுடையது. எழுத்தாளர்கள் என்ன செய்துக்கொண்டிருக்கிறார்கள் கதை, சிறுகதை,

கவிதை என்று ஐம்பதாண்டுகளுக்கு பிந்தைய உலகில் நெருப்புக் கோழிகளாக வலம் வந்துக்கொண்டிருக்கிறார்கள்.

நம்மை சுற்றி நடக்கும் எல்லாவற்றை பற்றியும் எழுத்தாளர்கள் எழுதியாகவேண்டும் என்கிற கட்டாயமில்லையே. அவர்களுக்கு என்ன கைவருமோ அதை எழுதுகிறார்கள் என்பது நியாயமான வாதம்தான். ஆனால் உண்மை என்னவென்றால் மிகப்பெரும் சமூக மாற்றங்களும், புரட்சிகளும் எழுத்தாளர்கள் தங்களுடைய படைப்புக்களில் வைக்கும் தொடக்கப் புள்ளிகளிலிருந்தே பிறப்பெடுத்திருக்கின்றன.

சமூக மாற்றங்களை நிகழ்த்துங்கள் என்று நாம் கேட்கவில்லை. குறைந்தபட்சம் எப்படியான சமூக மாற்றங்கள் நம்மை சுற்றி நிகழ்ந்துகொண்டிருக்கின்றன என்பதையாவது தொடர்ந்து எழுதுங்கள் என்பதே நம்முடைய ஆதங்கம். டெக் நிறுவனங்கள் விண்வெளியில் நிகழ்த்திக்கொண்டிருக்கும், நிகழ்த்தக் காத்துக்கொண்டிருக்கும் அனைத்து தொழில் நுட்பங்களும் தொலை நோக்கு கொண்ட எழுத்தாளர்களின் எழுத்துக்களில் இருந்து பிறந்தவையே.

இன்றைய விண்வெளி புரட்சியை தொடங்கி வைத்திருக்கும் டெக் நிறுவனங்களுக்கு பின்னால் இருக்கும் அனைவரும் அறிவியல் புனைவு எழுத்தாளர்களான ஜூல்ஸ் வெர்ன் *(Jules Verne)*, வெல்ஸ் *(H. G. Wells)*, அசிமோவ் *(Isaac Asimov)*, ஆர்த்தர் கிளார்க் *(Arthur C. Clarke)* போன்றவர்களின் அதி தீவிர வாசகர்கள். விஞ்ஞானிகளும் கூட இந்த படைப்பாளர்களின் எழுத்துக்களுக்கு இரசிகர்கள்தான். மேற்கத்திய அறிவியல் புனைவு எழுத்தாளர்கள் தங்களுடைய படைப்புக்களில் விண்வெளி தொடர்பான கற்பனைகளை மாத்திரம் முன் வைக்கவில்லை. தங்களுடைய கற்பனைகளுக்கு அடிப்படையான விஞ்ஞானத்தையும் வைத்தார்கள்.

உதாரணமாக இன்றைய ஜியோ ஸ்டேஷனரி *(geostationary)* செயற்கைகோள்கள் பூமியை சுற்றிவரும் தொலைவான *22,000* மைல்கள் *(geostationary orbit)* என்பதை முன்பே கணித்து தன்னுடைய படைப்புக்களில் முன் வைத்தவர் ஆர்த்தர் கிளார்க். இதுப்போன்ற ஒரு சிறு உதாரணத்தை கூட நம்மூரில் எடுத்துக்காட்ட முடியாது. அவர்களைப்போன்று விஞ்ஞானக் கோட்பாடுகளை படைப்புக்களில் முன் வையுங்கள் என்று நாம் கேட்கவில்லை, குறைந்த பட்சமாக விண்வெளியில் என்ன நடந்துகொண்டிருக்கிறது என்பதையாவது பரவலாக எழுதலாமே என்பதே நம்முடைய எதிர்பார்ப்பு.

இதன் வழி நம்மூர் இளந்தலைமுறையினரிடையே விண்வெளி குறித்த ஆர்வத்தை தூண்ட முடியும். அதன் மூலம் அவர்கள் அத்துறையில் தங்கள் பங்கிற்கான மாற்றங்களையும் புதுமைகளையும் நிகழ்த்த வாய்ப்பாக அமையும். இதை மனதில் கொண்டே இந்த புத்தகம் எழுதப்படுகிறது. இதை வாசிக்கும் சாமானியன் ஒருவன், விண்வெளி மீது ஆர்வம் கொள்வானேயானால் இந்த புத்தகம் எழுதப்பட்டதன் நோக்கம் நிறைவேறியது என்று மகிழ்வேன்.

இந்த புத்தகத்தில் பல்வேறு சரித்திர நிகழ்வுகளையும், ஜெர்மன் நாசி விஞ்ஞானிகளையும், கார்பரேட் நிறுவனங்களையும், மில்லியனர்களையும், டெக்நிறுவனங்களையும் சந்திக்க இருக்கிறீர்கள். போகிற போக்கில் ராக்கெட் சயின்ஸ் குறித்தும் தெரிந்துகொள்ள இருக்கிறீர்கள்.

**நவீனா அலெக்சாண்டர்**
***9841959890***

# உயிரை பறிக்கயிருந்த ஹெலிகாப்டர்

***மார்ச் 6, 2003***
**மேற்கு டெக்சாஸ், கத்தீட்டிரல் மலை பகுதி, அமெரிக்கா**

செக்கச் சிவந்த நிறத்தில், டெக்சாசின் கரடு முரடான நிலப்பரப்பின் மீது உயரப் பறந்துகொண்டிருந்த அந்த ஹெலிக்காப்டரில், இன்றைய நிலையில் உலகின் இரண்டாம் பெரும் கோடீஸ்வரரான ஜெப் பேசோஸ் *(Jeff Bezos)* உட்கார்ந்திருக்கிறார். பேசோஸ் யாராக்கும் என்பதை நம்மில் சிலர் முன்பே அறிந்துவைத்திருக்க வாய்ப்புகள் உண்டு. ஆனால் உலகின் பெரும்பாலானவர்களுக்கு இவர் யார் என்பது தெரிந்திருக்க வாய்ப்பில்லை. மெயின் ஸ்டிரீம் மற்றும் சமூக ஊடகங்களில் அவ்வளவாக இவருடைய பெயரை காண முடியாது.

ஆனால் இவருடைய நிறுவனத்தின் பெயரை கிராம புறங்களில் வசிப்பவர்களும் கூட நிச்சயம் அறிந்திருப்பார்கள். அந்த நிறுவனத்தின் வழியே ஒருமுறையாவது தங்களுக்கான பொருட்களில் ஒன்றை வாங்கிய அனுபவமும் அவர்களுக்கு நிச்சயம் இருக்கும். உலகம் முழுவதிலும் பொருட்களின் விற்பனை முறையை முற்றிலும் மாற்றிப்போட்ட நிறுவனம் அது. இந்நேரத்திற்கெல்லாம் அது எந்த நிறுவனம் என்பதை கணித்துவிட்டிருப்பீர்கள்.

அதேதான். அந்த நிறுவனம் அமேசான். ஜெப் பேசோஸ், அமேசான் நிறுவனத்தை உருவாக்கியவர். போர்ப்ஸ் *(Forbes)* பத்திரிக்கை இந்த வருடம் – ஜனவரி *2020* – வெளியிட்டிருக்கும் உலகப் பெரும் கோடீஸ்வரர்கள் பட்டியலில் இரண்டாம் இடத்திலிருப்பவர். அதிகம் பேசக் கூடிய மனிதர் அல்ல. செயலில் காட்டக் கூடியவர் தன்னுடைய எதிர்கால திட்டங்களை பெரும்பாலும் ஊடக வெளிச்சமில்லாமல் செயல்படுத்தக் கூடியவர்.

பைலட்டுடன் சேர்த்து மேலும் இருவர் அவருடன் அந்த ஹெலிக்காப்டரில் பறந்துகொண்டிருக்கிறார்கள். ஒருவர் பேசோசின்

வக்கீல் எலிசபெத் கோரல், மற்றொருவர் டெக்சாஸை சேர்ந்த உள்ளூர் வாசி ஹோலண்ட். கத்தீட்டிரல் மலையின் மீது 5000 அடி உயரத்தில் ஹெலிக்காப்டர் பறந்துகொண்டிருக்கிறது. உள்ளூர்காரரான ஹோலண்ட் தன்னுடைய மடியில் டெக்சாஸின் பாலைவன வரைப்படத்தை வைத்துக்கொண்டு அதன் மீது தன்னுடைய விரலை ஓட்டிக்கொண்டிருக்கிறார். பேசோஸ் எதிரிலிருந்த ஹோலண்டையும் அவர் மடியின் மீதிருக்கும் வரைப்படத்தையும் மாறிமாறிப் பார்த்துக்கொண்டிருக்கிறார்.

சீராக பறந்துகொண்டிருந்த ஹெலிக்காப்டர் திடீரென்று ஆட்டம் காணத் தொடங்கியது. ஹெலிக்காப்டரில் இருந்த அனைவருக்கும் ஒரே சமயத்தில் அடிவயிற்றில் பயப்பட்டாம் பூச்சிகள். முதலில் லேசாக ஆட்டம் காட்டிய ஹெலிக்காப்டர் சிறிது சிறிதாக அப்படியும் இப்படியுமாக பலமான எதிர் காற்றில் ஊஞ்சலாடத் தொடங்கியது. அதனுடன் சேர்த்து ஹெலிக்காப்டர் பூமியை நோக்கி சரியத் தொடங்கியது. இதயம் எகிறி எகிறி குதிக்க பைலட், தாருமாராக சுழன்றபடி பூமியை நோக்கி விழந்துகொண்டிருந்த ஹெலிக்காப்டரை கட்டுப்படுத்துவதற்கான அனைத்து முயற்சிகளையும் எடுத்து தோற்றுப்போய்கொண்டிருந்தார்.

பைலட் தனக்கு தெரிந்த அனைத்து சித்து விளையாட்டுகளையும் காட்டி ஹெலிக்காப்டர் படுவேகமாக பூமியின் மீது மோதி வெடித்துவிடாதபடி பார்த்துக்கொண்டார். ஆனால் ஹெலிக்காப்டர் பூமியின் மீது விழப்போவது உறுதி என்பது ஹெலிக்காப்டரிலிருந்த அனைவருக்கும் தெரிந்துவிட்டது.

எந்திர தும்பிப்போன்று வானில் சுழன்றபடி பூமியை நோக்கி வந்துகொண்டிருந்த ஹெலிக்காப்டர், மரங்களின் மீது விழுந்து சடசடத்த சத்தத்துடன் கீழே ஓடிக்கொண்டிருந்த ஓடையை நோக்கி பாய்ந்தது. மரங்களின் மீது மோதிய வேகத்தில் ஹெலிக்காப்டரின் இறக்கைகள் முறிந்து, சுழற்றி விடப்பட்ட இராட்சத கத்திகளை போன்று ஹெலிக்காப்டரின் உடம்பின் அருகில் சரசரவென்று சீறிக்கொண்டு மரங்களின் கிளைகளை வெட்டி சாய்த்தபடி ஓடையை நோக்கி சுழன்றது.

ஹெலிக்காப்டரின் உடல் ஓடையில் விழந்து தண்ணீருக்குள் புதைய, அருகில் சுழன்று வந்த இறக்கைகள் ஹெலிக்காப்டருக்கு

அருகில் தண்ணீரை கிழித்தபடி சேற்றுக்குள் புதைந்தனன. அடுத்த ஒருசில நிமிடங்கள் அங்கே பேரமைதி. ஓடுக்குள் புதைந்த ஹெலிக்காப்டருக்குள் தண்ணீர் நுழையத் தொடங்கியது. ஹெலிக்காப்டரின் எரிபொருளும் உள்ளே கொட்டத் தொடங்கியது.

நொறுங்கி கிடந்த ஹெலிக்காப்டருக்குள் மெல்ல மெல்ல அசைவுகள் தொடங்க, வலிமுனகல்களும் கேட்டது. நால்வரும் சுதாரித்துக்கொண்டு ஒருவர் பின் ஒருவராக வெளியே வந்தார்கள். எலிசபெத் கோரலுக்கு முதுகு தண்டு உடைந்திருந்தது. ஹோலண்டுக்கு வலது தோல் பட்டை நொறுங்கிவிட்டது. பேசோசுக்கும் பைலட்டுக்கும் தலையிலும் கைகளிலும் பலத்த அடி.

"அன்னிக்கு நாங்க உயிர் பிழச்சதே அதியம்தான்" என்று இந்த விபத்து குறித்து பின்னாட்களில் ஒரு நேர்காணலில் குறிப்பிடுகிறார் பேசோஸ்.

ஒருவேலை அந்த விபத்தின் போது பேசோசின் தலையெழுத்து வேறு விதமாக எழுதப்பட்டிருந்தால் இன்று ப்ளூ ஆரிஜின் *(Blue Origin)* என்கிற அவருடைய மற்றொரு நிறுவனம் இருந்திருக்காது. சொல்லப்போனால் ப்ளூ ஆரிஜின் நிறுவன செயல்பாடு தொடர்பாகத்தான் அன்றைக்கு பேசோஸ் ஹெலிக்காப்டரில் பறந்தது.

ப்ளூ ஆரிஜின், அமெரிக்க தனியார் விண்வெளி நிறுவனங்களில் ஒன்று. ஜெப் பேசோசின் சிறுவயது கனவு, இளவயது இலட்சியம், மில்லியன் டாலர் முதலீடு ப்ளூ ஆரிஜின். இந்த நிறுவனத்திற்காக வடக்கு டெக்சாஸ் பாலைவனப் பகுதியில் ஏக்கர் கணக்கில் நிலம் வாங்கிப்போடுவதற்கான பயணங்களின் ஒன்றின்போது நடந்த விபத்தை குறித்துதான் நாம் மேலேப் பார்த்தோம். எதற்காக ஏக்கர் கணக்கில் நிலம்? தன்னுடைய நிறுவனம் தயாரிக்கும் விண்கலங்களை விண்ணில் ஏவுவதற்கான ஏவுதளத்தை அமைப்பதற்காக.

இந்த விபத்து குறித்தும், ப்ளூ ஆரிஜின் நிறுவனத்தின் ஏவுதளத்தை காட்டுவதற்கான நிலப்பரப்பை தேடிக்கொண்டிருப்பதை குறித்தும் அப்போது ஜெப் பேசோஸ் மீடியாக்களில் மூச்சே விட்டுக்கொள்ளவில்லை.

இதற்கு அடுத்த வருடத்தில் *(2004)* விபத்துக்குள்ளான பகுதியை உள்ளடக்கிய *3,31,859* ஏக்கர் நிலப் பகுதியை கொஞ்சம் கொஞ்சமாக வாங்கிப்போடத் தொடங்கியது ஜெப்ராம் *(Zefram LLC)* என்கிற

நிறுவனம். ஜூலியட் ஹோல்டிங்ஸ், கேபோட் என்டிர்பிரைசிஸ், ஜேம்ஸ் குக், கோர்னாடோ வென்சூர்ஸ் என்று பல்வேறு நிறுனங்களின் பெயரில் இந்த நிலங்கள் வாங்கிப்போடப்பட்டது. இந்த நிறுவனங்களின் பெயர்கள் வெவ்வேறாக இருந்தாலும் அவற்றின் விலாசம் அனைத்தும் சீயாட்டிலில் இருந்த ஜெப்ராம் நிறுவனம் ஒன்றை நோக்கியே கைக்காட்டின.

ஜெப்ராம் நிறுவனம் குறித்தும், எதற்காக அது பல பண்ணைகளுக்கு சொந்தமான பாலைவன நிலத்தை சுற்றி வளைத்து வாங்கிப்போட்டுக்கொண்டிருக்கிறது என்பதை குறித்தும் முழு இரகசியம் காக்கப்பட்டது.

ஜெப்ராம் நிறுவனம் நிலங்களை வாங்கிப்போட்ட பகுதியில் இருந்த சற்றே பெரிய ஊர்களில் ஒன்று வான் ஹார்ன். சுமார் இரண்டாயிரம் குடும்பங்களே வசித்த அந்த ஊருக்கென்று வான் ஹார்ன் அட்வகேட் *(VanHornAdvocate)* என்கிற பத்திரிக்கையும் செயல்பட்டுகொண்டிருந்தது. ஜனவரி *2005*, அந்த மிகச் சிறிய பத்திரிக்கையின் ஆசிரியரை சந்தித்தார் ஜெப் பேசோஸ். அந்த பத்திரிக்கையின் வாயிலாகவே ஜெப்ராம் நிறுவனம் குறித்த மர்மம் வெளிப்படுத்தப்பட்டது.

ஜெப்ராம் நிறுவனம், ப்ளூ ஆரிஜின்ஸ் நிறுவன செயல்பாடுகளுக்காகவே நிலங்களை வாங்கிப்போட்டதும், செப்டம்பர் *2000*-லேயே தொடங்கப்பட்டுவிட்ட ப்ளூ ஆரிஜன் நிறுவனம் குறித்தும் அதிகாரப் பூர்வமாக அந்த பத்திரிக்கையின் வாயிலாக உலகிற்கு அறிவித்தார் ஜெப் பேசோஸ். இதுதான் ஜெப் பேசோசின் இயங்குமுறை. நிறுத்தி நிதானமாக காத்திருந்து அடிப்பது.

அமெரிக்க விண்வெளி துறை என்றாலே அது நாசாதான் *(NASA – National Aeronautics and Space Administration)* என்கிற நிலையை முதல் முறையாக அமேசான் என்கிற தகவல் தொழில் நுட்ப நிறுவனம் தன்னுடைய ப்ளூ ஆரிஜின் நிறுவனத்தின் வாயிலாக மாற்றிப்போட்டது. ஜெப் பேசோசுக்கு முன்பே ஒரு சில தனியார் விண்வெளி நிறுவனங்கள் அமெரிக்காவில் தலையெடுத்திருக்கின்றன. ஆனால் அவற்றுக்கு ஆயுள் ஒரு சில ஆண்டுகளே. அதில் முக்கியமானது பியல் ஏரோஸ்பேஸ் நிறுவனம் *(Beal Aerospace)*. இதே டெக்சாஸ் பாலைவன மண்ணில்தான் பியல் ஏரோஸ்பேஸ் நிறுவனமும் உருவெடுத்தது *1997*-ல். அதாவது பேசோஸ் தன்னுடைய ப்ளூ ஆரிஜின் நிறுவனத்தை

இரகசியமாக தொடங்கிய மூன்று வருடங்களுக்கு முன்பு. பியல் ஏரோஸ்பேஸ் நிறுவனத்தை உருவாக்கிய ஆண்டி பியலுக்கும் *(Andy Beal)* ஜெப் பேசோசுக்கும் ஒரு விசயத்தில் மிக நெருங்கிய ஒற்றுமை உண்டு. அது தங்களுடைய செயல்பாடுகளில் மீடியாவின் கவனம் படாமல் பார்த்துக்கொள்வது.

பியல் சென்ற தலைமுறை தொழில் அதிபர். அமெரிக்க நடுத்தர வர்கத்திலிருந்து மேலேறி வந்தவர். முறையான பல்கலைக்கழக கல்வி பின்புலம் இல்லாதவர். ஆனால் கணிதத்திலும், இயற்பியலிலும் மிகுந்த ஈடுபாடுகொண்டவர். தன்னுடைய விண்வெளி நிறுவனத்தை தொடங்குவதற்கு முன்பாக விண்வெளி தொடர்பாக வெளிவந்திருந்த மிகச் சிறந்த புத்தகங்களை வாசித்து, விண்வெளி மற்றும் ராக்கெட் அறிவியல் தொடர்பான அறிவை வளர்த்துக்கொண்டவர்.

சிறுவயதில், பழுதான தொலைக்காட்சி பெட்டிகளை சரி செய்து அதை ஐந்து பத்து டாலர்களுக்கு விற்பனை செய்வதன் வழி தன்னுடைய தொழிலை தொடங்கியவர் பியல். பின்னர், கட்டப்பட்ட வீடுகளை இடிக்காமல் அப்படியே தூக்கி இடம் மாற்றும் தொழிலை கையிலெடுத்ததன் மூலம் ரியல் எஸ்டேட் தொழிலுக்கு அறிமுகமாகிறார். ரியல் எஸ்டேட் தொழிலில் பணம் சேர பெடரல் வங்கி *(Beal Bank)* தொழிலில் ஈடுபட்டு அமெரிக்காவின் மிகப் பெரும் பில்லியனர்களில் ஒருவராக உருவெடுத்தவர்.

பில்லின்களில் சேர்த்த சொத்தின் ஒரு பகுதியை வேறு ஒரு புதிய தொழிலில் முதலீடு செய்வது என்கிற முடிவிற்கு வந்தபோது அவருக்கு முன்பாக இருந்த தொழில் வாய்ப்புகளில் ஒன்று விண்வெளி நிறுவனம் *(Space Industry)*. தொன்னூறுகளில் அதி உயர் தொழில் நுட்பமாகவும், இலாபம் கொட்டுவதற்கான வாய்ப்பாகவும் பார்க்கப்பட்ட தொழில் துறை விண்வெளி. பனிப் போர் முடிந்தவுடன் விண்வெளித் துறை தனியார்களுக்கும் திறந்துவிடப்பட்டது.

கணினிகளும் அது சார்ந்த தகவல் தொழில் நுட்ப கார்பரேட்களும் தலையெடுத்திராத காலக்கட்டம் அது. இணையதள *(Internet)* தொழில் நுட்ப புரட்சிக்கான அடித்தளமாக அமைந்த நெட்ஸ்கேப் *(Netscape)* தொன்னூறுகளின் தொடக்கத்தில்தான் அறிமுகமாகியிருந்தது. இணையதள தொழில் நுட்பத்தின் வீரியத்தை அதன் குழந்தை பருவத்திலேயே முன் கணித்துவிட்ட பேசோசும் அப்போதுதான் அமேசான் இணையதளத்தை தன்னுடைய வீட்டின் கார் ஷெட்டில்

வைத்து ஸ்டார்ட்-அப்பாக தொடங்கியிருந்தார். இப்படியாக தகவல் தொழில் நுட்பம் குழந்தை பருவத்திலிருந்தபோது – அமெரிக்க பெரு நிறுவனங்கள் இப்படி ஒரு துறை இருப்பதை அவ்வளவாக கண்டுக்கொள்ளாத நாட்கள் அவை – எதிர்காலப் பெரும் தொழில் துறையாக பார்க்கப்பட்டது விண்வெளித் துறை. அதிலும் அரசாங்க ஒப்பந்தங்களை பெற்றுவிட்டால் பணம் பல ஆயிரம் கோடிகளில் கொட்டக் கூடிய வாய்ப்புள்ள துறையாக.

போயிங்கும் *(Boeing)*, லாக்ஹீட் மார்ட்டினும் *(Lockheed Martin)*, மெக்டோனல் டக்ளசும் *(McDonnell Douglas)* பலப் பத்தாண்டுகளாக அமெரிக்க அரசின் விண்வெளி ஒப்பந்தங்களை தொடர்ச்சியாக பெற்று பல நூறு கோடி இலபத்தில் புரண்டுக்கொண்டிருந்தன. *NASA*-விற்கும் அமெரிக்க வான் படைக்கும் தேவையான ராக்கெட்களையும், விண்கலங்களையும் *(Spacecraft)*, செயற்க்கை கோள்களையும் *(Satellites)* தயாரித்துக்கொடுக்கும் ஒப்பந்தங்கள் அவை. தொன்னூறுகளுக்கு முன்பு வரை இந்த மூன்று நிறுவனங்கள் மாத்திரமே அமெரிக்க விண்வெளி துறைக்கு தேவையான சங்கதிகளை உற்பத்தி செய்யும் ஒப்பந்தங்களை பெறும் ஏகபோக கார்பரேட் நிறுவனங்களாக வலம் வந்துக்கொண்டிருந்தன. மற்ற அமெரிக்க நிறுவனங்கள் இதை பற்றி யோசித்தும் பார்த்துவிட முடியாது.

எண்பதுகளில் இந்த நிலை மாறியது. அமெரிக்காவின் மற்ற தனியார் நிறுவனங்களும் ராக்கெட் தயாரிப்பிலும், செயற்க்கைக்கோள்கள் தயாரிப்பிலும் ஈடுபடலாம் என்கிற நிலை வந்தது. ராக்கெட் தயாரிப்பு தொழிற்சாலையையும், செயற்க்கைக்கோள் தயாரிப்பு தொழிற்சாலையையும் தொடங்குவது என்பது லேசுப்பட்ட காரியமல்ல. பில்லியன் டாலர்களில் முதலீடாக கொட்டியாக வேண்டும். பணத்தை தண்ணீராக அல்ல ஆறாகவே ஓட்டினால்தான் முடியும். அரசாங்கங்களால் மாத்திரமே தாக்குப்பிடிக்க கூடிய காரியம் இது. சில சமயங்களில் அரசாங்க கஜானாக்களேக் கூட திணறக் கூடிய முதலீடுகள் தேவைப்படும்.

ஆனால் இதிலிருந்து வரும் இலாபம் என்பதும் பில்லியன்களில் ஆறாக ஓடக் கூடியதாகவே இருந்தது. முதலீடு ஆபத்தான ஒன்றாக இருந்தாலும் அதிலிருந்து வரக் கூடிய இலாபமானது பல தனியார் நிறுவனங்களின் இராத் தூக்கத்தை முற்றிலும் கலைக்கக் கூடியதாக இருந்தது. இலாபத்தை எண்ணியெண்ணி தூக்கம் தொலைத்த நிறுவனங்களில் முதன்மையானது தொலைத்தொடர்பு

*(Telecommunication)* நிறுவனங்கள். செல்போன் தொழில் நுட்பம் அறிமுகமாகியிருந்த காலக்கட்டம் அது. செயற்க்கைகோள்கள் செல்போன் தொழில் நுட்பத்தை அடுத்தக் கட்டத்திற்கு எடுத்து செல்லக் கூடியது என்பதை அனைத்து தனியார் தொலைத்தொடர்பு நிறுவனங்களும் நன்கு அறிந்தே வைத்திருந்தன.

மற்ற தொலைத்தொடர்பு நிறுவனங்களை விட இந்த புரிதலில் ஒருபடி முன்னால் இருந்தது மோட்டோரோலா *(Motoroloa)*. செல்போன் தொழில் நுட்பத்தை கண்டுபிடித்து உலகின் முதல் செல்போனான *Motorola DynaTAC 800x*-யை (அமெரிக்க மேட்டுக்குடியினரிடையே இதற்கு செங்கல் என்கிற செல்லப் பெயரும் இருந்தது) அறிமுகப்படுத்திய நிறுவனம் என்கிற வகையில் மோட்டோரோலா செயற்க்கைக்கோள் தயாரிப்பில் அதிக ஈடுபாட்டையும், உறுதியையும் காட்டியது.

இதன் விளைவாக உருவெடுத்தது மோட்டோரோலாவின் இரிடியம் ப்ரோஜக்ட் *(Iridium)*. உலகம் அதுவரை கண்டிராத தனியார் தொலைத்தொடர்பு பிரம்மாண்டம் இரிடியம்.

தொழில் நுட்ப ரீதியிலும், அந்த தொழில் நுட்பத்தை செயல்படுத்தக் கூடிய விதத்திலும், இந்த இரண்டிற்குமான முதலீட்டு தேவையிலும் படு படு பிரம்மாண்டமானது. ஒரு சில வார்த்தைகளில் இரிடயம் குறித்து கூறுவதென்றால், 77 செயற்க்கைக்கோள்களை பூமிக்கு மேலாக சுற்றவிட்டு, அந்த செயற்க்கைகோள்களின் வழி பூமியில் மோட்டோரோலாவின் செல்போன்களை பயன்படுத்தும் வாடிக்கையாளர்களிடையே தொலைத் தொடர்பு வசதியை ஏற்படுத்துவது.

அதாவது பூமியில் அடிக்கொரு செல்போன் டவர்களை நிறுவாமலேயே, தலைக்கு மேலே பூமியை சுற்றும் 77 செயற்க்கைகோள்களின் வழி பூமியின் ஒரு பகுதியில் இருப்பவர் பூமியின் மற்றொரு பகுதியில் இருப்பவருடன் தங்கு தடையின்றி செல்போனில் பேசும் தொழில் நுட்பம். தொலைத்தொடர்பு தொழில் நுட்பங்கள் பெரிதும் வளர்ந்துவிட்ட இந்த நாட்களிலும் கூட நம்முடைய செல்போன் சேவைக்கு செல்போன் டவர்களை நம்பியிருக்கிறோம் என்பதை இந்த இடத்தில் கவனத்தில்கொண்டால் எண்பதுகளை சேர்ந்த மோட்டோரோலாவின் இரிடியம் தொழில்நுட்பம் எப்படியான புரட்சிகர தொழில்நுட்ப பாய்ச்சல் என்பதைப் புரிந்துகொள்ள முடியும்.

மோட்டோரோலா, இரிடியம் திட்டத்தின் வழி விண்ணில் ஏவ திட்டமிட்ட *77* செயற்க்கைக்கோள்களும் தங்களுக்குள் தொடர்பு கொண்டு தகவல்களை பறிமாறிக்கொள்வதுடன், ஒவ்வொன்றும் தனிச்சையாக முடிவுகளை எடுக்கும் (மனிதர்களின் உதவியில்லாமல்) திறன் கொண்டவையாகவும் வடிவமைக்கப்பட்டிருந்தன. இத்தகைய செயற்க்கைக்கோள் தொழில்நுட்பத்திற்கு செயற்க்கைக்கோள் கூட்டம் *(Satellite Constellation)* என்றுப் பெயர். இரிடியத்திற்கு முன்பே இத்தகைய தொழில்நுட்பம் வழக்கிலிருந்தது என்னவோ உண்மைதான் ஆனால் அது அமெரிக்க அரசாங்கத்தினுடைய உதவியின் வழி செயல்படுத்தப்பட்ட திட்டம்.

அதற்கு டெல்ஸ்டார் *(Telstar)* என்றுப் பெயர். அமெரிக்க *AT&T* தொலைத்தொடர்பு நிறுவன செயல்பாடுகளுக்காக நாற்பதிலிருந்து ஐம்பத்தைந்து செயற்க்கைக்கோள்கள் திட்டமிடப்பட்டு *1962*-ல் இரண்டு செயற்க்கைகோள்கள் விண்ணில் ஏவப்பட்டன. இதில் பதினைந்து செயற்க்கைக்கோள்கள் ஜியோ-ஷ்டேஷனரி *(geostationary)* சுற்று வட்டப்பாதையிலும், நாற்பது செயற்க்கைக்கோள்கள் துருவ சுற்றுவட்டப்பாதையிலும் நிலை நிறுத்தப்பட்டன.

இந்த இடத்தில் சுற்றுவட்டப்பாதை என்றால் என்ன என்பதை குறித்து நாம் அறிந்துகொள்ளவேண்டியது அவசியம். இந்த புத்தகம் விண்வெளி துறையுடன் தொடர்புடையது என்பதால் விண்வெளி அறிவியல் தொடர்பான சில அடிப்படைகளை நாம் தெரிந்துகொள்ள வேண்டியது தவிற்க்க முடியாத ஒன்றுதானே.

பூமிக்கு மேலே மூன்று வகையான சுற்றுவட்டப்பாதைகளை செயற்க்கைக்கோள்கள் பயன்படுத்துகின்றன. அவை,

***LEO - Low Earth Orbit (லோ எர்த் சுற்றுவட்டப்பாதை)***

***MEO - Medium Earth Orbit (மீடியம் எர்த் சுற்றுவட்டப்பாதை)***

***GEO - Geostationary Earth Orbit (ஜியோ-ஷ்டேஷனரி எர்த் சுற்றுவட்டப்பாதை)***

***LEO - Low Earth Orbit***

பூமியின் மேற்பரப்பிலிருந்து *100* முதல் *1,500* கி.மீட்டர்களுக்குள்ளாக இருக்கும் விண்வெளி பகுதியை லோ எர்த் சுற்றுவட்டப்பாதை என்று அழைக்கிறார்கள். இந்த உயர்த்தில் பூமியை சுற்றும் செயற்க்கைக்கோள்கள், வானிலை *(weather)*, குளோபல் பொசிஷனிங் சிஸ்டம் *(Global Positioning System)*, தொலைத்தொடர்பு *(Telecommuniations)*

மற்றும் அறிவியல் ஆய்வுப் பணிகளை மேற்கொள்ளப் பயன்படுத்தப்படுகிறது.

உதாரணமாக சர்வதேச விண்வெளி ஆய்வு நிலையம் *(International Space Station)* இந்த சுற்றுவட்டப்பாதையில்தான் (நம் தலைக்கு மேலே சுமார் *408* கி. மீட்டர்கள் உயரத்தில்) பூமியை சுற்றி வந்துக்கொண்டிருக்கிறது. ஒரு நாளைக்கு *15* தடவைகள் சர்வதேச விண்வெளி ஆய்வு நிலையம் பூமியை சுற்றி வந்துகொண்டிருக்கிறது.

இந்த சுற்றுவட்டப்பாதை பூமிக்கு மிக அருகில் இருப்பதால் இந்த சுற்றுவட்டப்பாதையில் பூமியை சுற்றும் செயற்கைக்கோள்களின் மீது பூமியின் புவி ஈர்ப்பு விசை மிக அதிகமாக தாக்கம் செலுத்தும். அதாவது பூமியின் புவி ஈர்ப்பு விசை இந்த சுற்றுவட்டப்பாதையில் சுற்றும் செயற்க்கைக்கோள்களை பூமியை நோக்கி கீழே இழுக்கும். பூமியின் புவி ஈர்ப்பு விசையிலிருந்து தப்பிக்க லோ எர்த் சுற்றுவட்டப்பாதை செயற்க்கைக்கோள்கள் (ஆங்கிலத்தில் இவைகளை *LEOs* என்று அழைக்கிறார்கள்) அதிக வேகத்தில் பூமியை சுற்றிவரும். அதாவது மணிக்கு சுமார் *8000* கி.மீட்டர்கள் வேகத்தில் *(8,000 KM/H)*. *LEOs*

*LEO - Low Earth Orbit*, லோ எர்த் சுற்றுவட்டப்பாதை (பூமியிலிருந்து *100 - 1500* கிமீட்டர்கள்)
*MEO - Medium Earth Orbit*, மீடியம் எர்த் சுற்றுவட்டப்பாதை (பூமியிலிருந்து *5,000 - 10,000* கிமீட்டர்கள்)
*GEO - Geostationary Earth Orbit*, ஜியோ எர்த் சுற்றுவட்டப்பாதை (பூமியிலிருந்து *36,000* கிமீட்டர்கள்)
*HEO - High Elliptical Orbit*, உயர் எலிப்டிக்கல் சுற்றுவட்டப்பாதை

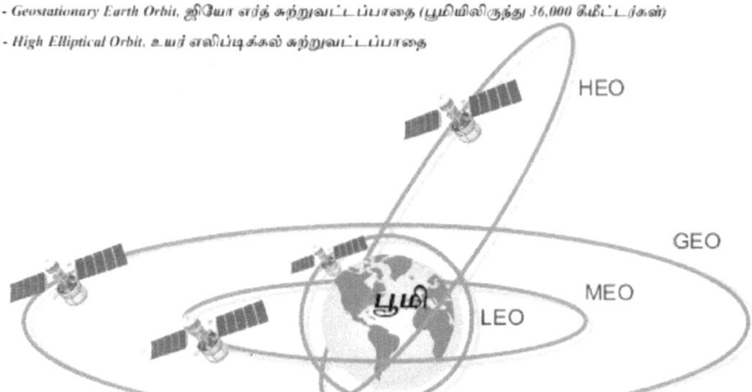


செயற்க்கைகோள்களின் எடை குறைவானதாகவே இருக்கும்.

***MEO - Medium Earth Orbit***

பூமியின் மேற்பரப்பிலிருந்து *5,000* தொடங்கி *10,000* கி.மீட்டர்களுக்குள்ளாக இருக்கும் விண்வெளி பகுதி மீடியம் எர்த் சுற்றுவட்டப்பாதை. இதற்குள் மேலும் இரு பிரிவுகள் இருக்கின்றன.

அவை,

**செமி-சின்கரனோஸ் சுற்றுவட்டப்பாதை *(Semi-Synchronous Orbit)***

**மோல்னியா சுற்றுவட்டப்பாதை *(Molniya orbit or Highly Elliptical Orbit)***

இந்த சுற்றுவட்டப்பாதையில் பூமியை சுற்றும் செயற்க்கைக்கோள்களை *MEOs* என்று அழைப்பார்கள். இவை, உளவு பார்த்தலுக்கும் குளோபல் பொசிஷனிங் சிஸ்டம் *(Global Positioning System)* வேலைக்கும் பயன்படுத்தப்படுகிறது. நாம் தற்போது நம்முடைய செல்பேசிகளில் பயன்படுத்தும் ஊபர் *(Uber)*, ஸ்விக்கி *(Swiggy)*, கூகுள் லோக்கேஷன் *(Google Location)* போன்ற தொழில் நுட்பங்கள் அனைத்தும் குளோபல் பொசிஷனிங் சிஸ்டம் செயற்க்கைக்கோள்களை நம்பியே இருக்கின்றன.

*LEOs* செயற்க்கைகோள்களின் வேகத்துடன் ஒப்பிடும்போது இவற்றின் வேகம் சற்று குறைவாகவே இருக்கும். எடையும் சற்று அதிகமாக இருக்கும்.

***GEO - Geostationary Earth Orbit***

பூமியின் மேற்பரப்பிலிருந்து 36,000 கி. மீட்டர்களுக்கு அப்பால் இருக்கும் விண்வெளி பகுதியை ஜியோ-ஷ்டேஷனரி எர்த் சுற்றுவட்டப்பாதை என்று அழைக்கிறார்கள். இந்த சுற்றுவட்டப்பாதையில் பூமியை சுற்றி வரும் செயற்க்கைக்கோள்களுக்கு *GEOs* என்றுப் பெயர்.

பூமி தன்னைத் தானே சுற்றிவர (24 மணி நேரங்கள்) எடுத்துக்கொள்ளும் நேரத்தையே *GEOs* செயற்க்கைகோள்களும் பூமியை சுற்றிவர எடுத்துக்கொள்கின்றன. இதன் காரணமாக இவை விண்வெளியில் ஒரே இடத்திலிருப்பதுப் போன்ற தோற்றத்தை ஏற்படுத்தும். இந்த வகை செயற்க்கைக்கோள்களின் எடையும் மிக அதிகமாகவே இருக்கும்.

இவை, தொலைத்தொடர்பு (*DTH* – டிஷ் ஆன்டனா மூலம் நம்முடைய வீடுகளுக்கு வரும் தொலைக்காட்சி சேவை) சேவைக்கும், வானிலை தரவுகளை பெறவும் பயன்படுத்தப்படுகின்றன. உங்கள் வீட்டில் இருக்கும் டிஷ் ஆன்டனா விண்வெளியில் இந்த செயற்க்கைக்கோள்களில் ஒன்றை பார்த்தபடிதான் பொறுத்தப்பட்டிருக்கும். இந்தியாவில் *DTH* சேவை வழங்கும் *GEOs* செயற்க்கைகோள்கள், *INSAT 4A, GSAT 10, MEASAT 3, Asiasat 5* போன்றவை. இப்படி பல நாடுகள் தங்களுக்கான *GEOs* செயற்க்கைகோள்களை

இந்த சுற்றுவட்டப்பாதையில் சுற்ற விட்டிருக்கின்றன.

*GEOs* செயற்க்கைகோள்கள் மிகச் சரியாக நிலநடுக்கோட்டிற்கு நேர் மேலே விண்ணில் நிலை நிறுத்தப்பட்டிருக்கும்.

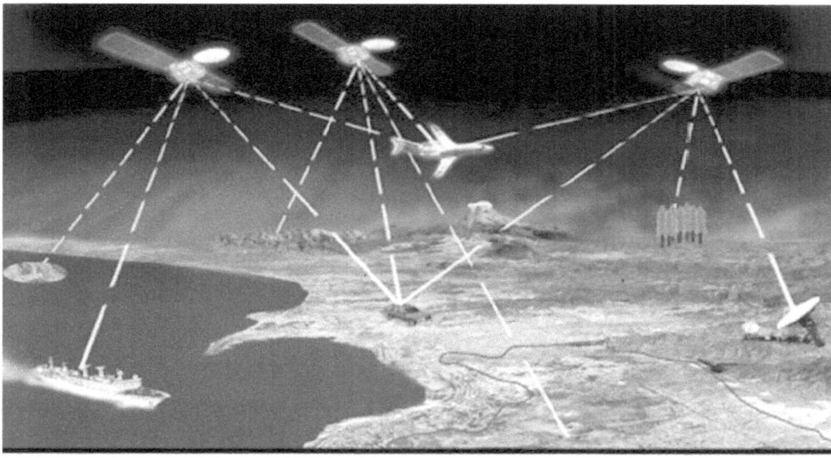

குளோபல் பொசிஷனிங் சிஸ்டம் *(Global Positioning System)*

விண்ணில் ஏவப்படும் ஒவ்வொரு செயற்க்கைக்கோளுக்கும் குறிப்பிட்ட ஆயுட்காலம் *(lifetime)* உண்டு. பொதுவாக ஐந்து ஆண்டுகள் என்பது அவற்றின் குறைந்தபட்ச ஆயுட்காலம். ஏவப்பட்டு நாற்பது ஆண்டுகள் தொடர்ந்து பூமியை சுற்றி இயங்கிக்கொண்டிருக்கும் செயற்க்கைக்கோள்களும் இருக்கின்றன. ஆயுட்காலம் முடிந்த செயற்க்கைக்கோளுக்கு என்ன நடக்கும்?

அவை கிரேவ்யார்ட் சுற்றுவட்டப்பாதைக்கு *(Graveyard Orbit)* அனுப்பப்பட்டுவிடும். இந்த சுற்றுவட்டப்பாதைக்கு ஜங்க் சுற்றுவட்டப்பாதை *(Junk Orbit)* என்கிற பெயரும் உண்டு. பூமியின் புவி ஈர்ப்பு விசை எல்லைக்கு அப்பால் விண்வெளியில் இவை தள்ளப்பட்டுவிடுவதால் இவைகளால் மீண்டும் பூமியை நோக்கி வர முடியாது. விண்வெளியில்அனாமத்தாகசுற்றித்திரிய வேண்டியதுதான்.

வேறு வார்த்தைகளில் சொல்வது என்றால் கிரேவ்யார்ட் சுற்றுவட்டப்பாதை என்பது செயலிழந்த ஆயிரக்கணக்கான செயற்க்கைக்கோள்களைக் கொண்ட குப்பைக்காடு. விண்வெளியிலிருந்து பூமியை பார்க்கும் அற்புத வாய்ப்பு உங்களுக்கு

கிடைக்குமாயின் அப்போது செயலிழந்த செயற்க்கைக்கோள்களால் பூமியை சுற்றி உண்டாக்கப்பட்டிருக்கும் குப்பை வளையத்தையும் கண்டுகலிக்க முடியும்.

இதைத் தவிர ஸ்பேஸ் கிராப்ட் சிமெட்டரி *(Spacecraft cemetery)* என்று அறியப்படும் தென் பசிபிக் பெருங்கடல் பாயிண்ட் நீமோவிலும் *(Point Nemo)* செயலிழந்த விண்வெளி குப்பைகள் புதைக்கப்படுகிறது.

இங்கே மற்றொரு விண்வெளி அறிவியல் அடிப்படையை தெரிந்துகொள்வது முக்கியமாகிறது. பூமியை சுற்றிவரும் செயற்க்கைக்கோள்கள் எந்த வகையான எரிபொருளை பயன்படுத்துகின்றன? இதற்கான விடை செயற்க்கைக்கோள்கள் பூமியை சுற்றிவர எவ்விதமான எரிபொருளையும் பயன்படுத்துவதில்லை என்பதே. ராக்கெட்டிலிருந்து எந்த வேகத்தில் செயற்க்கைக்கோள்கள் சுற்றுவட்டப்பாதையில் விடுவிக்கப்படுகின்றனவோ அதே வேகத்தில் எத்தகைய எரிபொருளும் இல்லாமல் அவை ஆண்டு கணக்கில் பூமியை சுற்றிவரும். அதன் வேகத்தில் எத்தகைய மாற்றமும் இருக்காது. அது எப்படி முடியும்?

விண்வெளியில்காற்றோஅல்லது நகரும் பொருளின் மீது உராய்வுகளை ஏற்படுத்தி அதன் வேகத்தை கட்டுப்படுத்தக் கூடிய அல்லது குறைக்க கூடிய சங்கதிகளோ இல்லாத காரணத்தால் செயற்க்கைக்கோள்களின் வேகம் குறையாமல் அப்படியே இருக்கும். எரிபொருள் என்பது தேவையே இல்லாத ஒன்று.

இதற்கு பின்னால் இருக்கும் அறிவியலை தெரிந்துகொள்ள விரும்பினால் நியூட்டனுடைய இரண்டாவது மற்றும் மூன்றாவது விதிகளை திரும்பவும் ஒருமுறை வாசிக்கவும்.

செயற்க்கைக்கோள்கள் பூமியை சுற்றிவர எரிபொருள் தேவையில்லை என்றாலும் எரிபொருள் நிரப்பப்பட்ட டாங்குகள் அவற்றில் பொருத்தப்பட்டிருக்கும். எதற்கு?

இரண்டு காரியங்களுக்காக. முதலாவது, பூமியை சுற்றிக்கொண்டிருக்கும் செயற்க்கைக்கோள்களின் மீது பூமியின் புவி ஈர்ப்பு விசை தொடர்ச்சியாக செயல்படுவதால் ஒரு சில ஆண்டுகளில், நிலை நிறுத்தப்பட்டிருக்கும் சுற்றுவட்டப்பாதையிலிருந்து

செயற்க்கைக்கோள்கள் நழுவி பூமியை நோக்கி நகர நேரிடும். அந்த சமயங்களில் செயற்க்கைக்கோள்கள்களை மீண்டும் அதன் சுற்றுவட்டப்பாதைக்கு உந்தி தள்ள செயற்க்கைக்கோள்கள்களின் திரஸ்டர்கள் *(Thrusters)* செயல்படும்.

செயற்க்கைக்கோள்களில் பொருத்தப்பட்டிருக்கும் திரஸ்டர்கள் தங்களுக்கான எரிபொருளாக டாங்குகளில் நிரப்பப்பட்டிருக்கும் எரிபொருளை *(hydrazine)* பயன்படுத்திக்கொள்ளும். மேலும் மற்ற செயற்க்கைக்கோள்களுடன் மோதிவிடாமல் விலகி செல்லவும் திரஸ்டர்கள் செயற்க்கைக்கோள்களை வழி நடத்தும்.

இரண்டாவது, டீ-ஆர்பிட்டிங் *(De-orbit)*. செயற்க்கைக்கோளின் ஆயுட்காலம் முடிந்ததும் அதை கிரேவ்யார்ட் சுற்றுவட்டப்பாதைக்கு *(Graveyard Orbit* - விண்வெளி குப்பைக் கிடங்கு) நகர்த்தியாக வேண்டுமல்லவா அதற்கும் திரஸ்டர்களே பயன்படுத்தப்படும். செயற்க்கைக்கோள் செயலிழந்ததும் அதிலிருக்கும் திரஸ்டர் செயல்படுத்தப்பட்டு அந்த செயற்க்கைக்கோள் விண்வெளி குப்பை கிடங்கிற்கு நகர்த்தி செல்லப்படும்.

அடுத்து மிக முக்கியமாக நாம் அறிந்துகொள்ளவேண்டிய விசயம்; ராக்கெட் *(Rocket)*, செயற்க்கைகோள் *(Satellite)* மற்றும் விண்கலம் *(Space Shuttle)* ஆகிய மூன்றும் அதன் அளவில் வெவ்வேறு தனித்த தொழில் நுட்பங்கள் என்பதை. ராக்கெட் என்பது செயற்க்கைகோள்களையும், விண்கலங்களையும் விண்வெளிக்கு எடுத்து செல்லக் கூடியவை. ராக்கெட் இல்லையென்றால் செயற்க்கைகோள்களும் விண்கலங்களும் விண்வெளிக்கு செல்ல முடியாது. இந்த மூன்று வெவ்வேறு தொழில்நுட்பங்களையும் ஒன்றிணைத்தே ஸ்பேஸ் சயின்ஸ் என்று பொதுவாக அழைக்கிறார்கள்.

ராக்கெட் சயின்ஸ் போதும் மீண்டும் மோட்டோரோலாவின் இரிடியம் திட்டத்திற்கு திரும்புவோம்.

# நாசிகளின் அந்த இரகசிய ஆயுதம்

***டிசம்பர் 16, 1944***
***நேரம் மதியம் 3:20***
**ஆன்ட்வெர்ப், பெல்ஜியம்**

*பெல்ஜியம் நாட்டின் வடக்கு பகுதியில் இருக்கும் நகரம் ஆன்ட்வெர்ப். அந்த வருடத்தின் செப்டம்பர் மாதம் நேச நாட்டுப் படைகள், நாசிப் படையை ஆன்ட்வெர்ப் நகரிலிருந்து வெளியேற்றியிருந்தன. ஆன்ட்வெர்ப் நகர வாசிகளில் ஆயிரத்திற்கும் மேற்பட்டவர்கள் போர் ஏற்படுத்தியிருந்த மன அழுத்தத்திலிருந்து சற்றே தங்களை விடுவித்துக்கொள்ள நகரின் மையத்தில் அமைந்திருந்த ரெக்ஸ் திரையரங்கத்தில் திரைப்படம் பார்த்துக்கொண்டிருந்தார்கள். குழந்தைகள், பெண்கள், வயதானவர்கள் என்று பலதரப்பட்டவர்களும் திரையரங்கில் இருந்தார்கள். இவர்களோடு சேர்த்து கூட்டு படைகளை சேர்ந்த சில இராணுவ வீரர்களும் படம் பார்த்துக்கொண்டிருந்தார்கள்.*

*அமெரிக்க கவ்பாய் திரைப்படமான The Plainsman திரையில் ஓடிக்கொண்டிருந்தது. மிகச் சரியாக மதியம் 3:23-க்கு திரையரங்கின் மீது காதுகளை செவிடாக்கும் ஓசையுடன் ஏதோ ஒன்று மோதியது. மோதிய வேகத்தில் ஏற்பட்ட பெரும் தீப்பிழம்பில் ரெக்ஸ் திரையரங்கம் தரைத் தொடங்கி உச்சி வரை சுக்கு நூறாக பிய்த்து எறிப்பட்டது. திரைப்படம் பார்த்துக்கொண்டருந்தவர்களில் 500-க்கும் மேற்பட்டவர்கள் என்ன நடந்தது என்பதை நிதானிப்பதற்குள்ளாகவே உடல் சிதறி இரத்த பிண்டங்களாக சிதறிப்போனார்கள்.*

*ரெக்ஸ் திரையரங்கம் வெடித்து சிதறிய வெடி ஓசையும் அதன் மூலம் ஏற்பட்ட நில அதிர்வையும் 12 மைல்களுக்கு அப்பால் இருந்தவர்களால் கூட உணர முடிந்தது என்றால் எப்படியான பேரழிவை ஏற்படுத்தும் ஆயுதம் ரெக்ஸ் திரையரங்கத்தை தாக்கியிருக்கும் என்பதை நாம் மிக*

எளிதாக கற்பனை செய்துவிட முடியும்தானே. அந்த பேரழிவு ஆயுதம் *V-2* ராக்கெட்.

பேரழிவை ஏற்படுத்தக் கூடிய நாசிகளின் இரகசிய ஆயுதங்களில் இதுவும் ஒன்று. அதன் உயரம் *46* அடிகள். சுமார் *1000* கிலோ வெடி மருந்தை சுமந்து கொண்டு *200* கி.மீட்டர்களுக்கு அப்பால் இருக்கும் இலக்கை சென்று தாக்க கூடிய ராக்கெட். ஆன்ட்வெர்ப் நகரின் வடகிழக்கில் சுமார் *160* கி.மீட்டர்கள் தொலைவில் ஜெர்மனியின் ரோசன்டால் நகரில் அமைந்திருக்கும் வார்லர் அரண்மனையிலிருந்து *(Castle Varlar)* ஏவப்பட்டது அந்த *V-2* ராக்கெட்.

ரெக்ஸ் திரையரங்க தாக்குதலில் உயிர் பிழைத்தவர்கள்

*V-2* ராக்கெட் தாக்குதலில் உரு தெரியாமல் சிதைந்த ரெக்ஸ் திரையரங்கம்

நாசிகளின் *V-2* ராக்கெட்

இந்த தாக்குதல் நடந்த அதே ஆண்டின் ஜூன் மாதம் *13*-ம் தேதி, *V-2* ராக்கெட்டின் முந்தைய வடிவமான *V-1* ராக்கெட் தெற்கு இலண்டனின் கால்பம் நகரை தாக்கி ஐரோப்பிய நாடுகளையும் அமெரிக்காவையும் கதிகலங்க விட்டிருந்தது. உலகம் அதுவரை கண்டேயிராத ஆயுதம் *V-1* ராக்கெட். பிரான்சில் நாசிப்படைகள் அடைந்த தோல்விக்கு பழிவாங்க *V-1* ராக்கெட் வெடிகொண்டு கால்பம் நகர் மீது ஏவப்பட்டது. ஹிட்லரும் கோயபல்சும் தங்களிடமிருக்கும் அதிசய ஆயுதங்கள் *(Wunderwaffe)* குறித்து தொடர்ந்து பேசி வந்த போதிலும் உலகம் அன்றைக்குத்தான் அந்த பேரழிவு ஆயதத்தின் விபரீதத்தை அனுபவத்தில் கண்டுகொண்டது.

*V-1* ராக்கெட்டைவிட ஆன்ட்வெர்ப் மீது ஏவப்பட்ட *V-2* ராக்கெட் பல மடங்கு சக்தி வாய்ந்தது. ஒளியின் வேகத்தைவிட ஐந்து மடங்கு வேகமாக இலக்கை நோக்கி செல்லும் *V-2* ராக்கெட்டை எதிர்த்து தாக்கி வானிலேயே செயலிழக்க செய்யும் எத்தகைய ஆயுதமும் அன்றைக்கு நேச நாட்டுப் படைகளிடம் இல்லை. இந்த ராக்கெட் ஆயுதம் ஏற்படுத்தும் உயிரிழப்புகளை விட, உயிரோடிருப்பவர்களின் மனதில் இது ஏற்படுத்தும் உயிர் பயம் குறித்த உளவியல் அச்சத்தையே ஹிட்லரும் நாசிப் படைகளும் பெரிதும் விரும்பியது.

நாசிப் படைகள் மீண்டும் இந்த ராக்கெட் ஆயுதங்களை ஏவினால் நிச்சயம் அதில் இரசாயன மற்றும் உயிரியல் ஆயுதங்களை வைத்து தாக்கக் கூடும் என்று அஞ்சிய இங்கிலாந்து, நகரங்களில் வசித்தவர்களுக்கு பாதுகாப்பு முக கவசங்களை *(40* இலட்சம்*)* வழங்கிவிட்டு, உங்களைகாப்பாற்றகடவுளைவேண்டிக்கொள்ளுங்கள் என்று சொல்லும் அளவிற்கு கையறு நிலைக்கு போனது. இங்கிலாந்து எதிர்பார்த்ததைப் போலவே நாசிகளிடம் இரசாயன மற்றும் உயிரியல் ஆயுதங்களும் இருந்தன. ஆனால் அவற்றை நாசிகள் பயன்படுத்துவதற்குள் நிலைமை வேறு விதமாக மாறிவிட்டது.

நாசிகளின் சக்தி வாய்ந்த இரகசிய ஆயுதங்களில் முக்கியமான ராக்கெட்டை உருவாக்கியவர் வெர்னர் வான் ப்ரான் *(Wernher von Braun)*. இலண்டனிலும், ஆன்ட்வெர்ப்லும் *V-1* மற்றும் *V-2* ராக்கெட்கள் பேரழிவுகளை உண்டாக்கியபோது வான் ப்ரானுடைய வயது முப்பத்தியிரண்டு. ஆனால் அவருடைய கட்டுப்பாட்டில் ஜெர்மனியின் பெனமூண்ட் *(Peenemunde)* என்கிற படு இரகசிய இடத்தில் பெரும் ராக்கெட் உற்பத்தி தொழிற்சாலையே செயல்பட்டுக்கொண்டிருந்தது.

அன்றைய நாட்களில் உலகின் மற்ற நாடுகளுக்கு (அமெரிக்கா உட்பட) ராக்கெட் தொழில் நுட்பம் என்பது எட்டாக் கனியாகவே இருக்க, வான் ப்ரான் உருவாக்கிய ராக்கெட் தொழில் நுட்பத்தை அடிப்படையாக வைத்து கொண்டு பெனமூண்ட் தொழிற்சாலை ராக்கெட்களை உற்பத்தி செய்து தள்ளிக்கொண்டிருந்தது. வான்ப்ரானின் இந்த சாதனையை பாராட்டும் விதமாக, வார்லர் அரண்மனையிலிருந்து ஆன்ட்வெர்ப்பை தாக்க முதல் *V-2* ராக்கெட் ஏவப்பட்டப் பிறகு ஹிட்லர் உருவாக்கிய மிக உயரிய விருதுகளில் ஒன்றான நைட்ஸ் கிராஸ் ஆப் தி வார் சர்வீஸ் கிராஸ் *(Knight's Cross of the War Service Cross)* விருது வழங்கப்பட்டது.

இந்த விருது விழாவிற்காகவும், ராக்கெட்டை ஏவுவதற்காகவும் வார்லர் அரண்மனை டிசம்பர் 9-ம் தேதியிலிருந்தே அலங்காரங்களுடன் தயாரானது. அரண்மனையின் வெளிப்புற புல்வெளியில் இதற்கென்று நகரும் ராக்கெட் ஏவுதளம் *(mobile rocket launcher)* அமைக்கப்பட்டு அதில் *V-2* ராக்கெட் பொருத்தப்பட்டது. டிசம்பர் 16 அன்று வான் ப்ரான் வார்லர் அரண்மனைக்கு வர அவருடன் மேஜர் ஜெனரல் வால்டர் டோர்ன்பெர்கரும் *(Major General Walter Dornberger)*, ஆல்பர்ட் ஸ்பியரும் *(Albert Speer)*, வால்தர் ரெய்டலும் *(Walther Riedel)* வந்தார்கள்.

மேஜர் ஜெனரல் வால்டர் டோர்ன்பெர்கர், பெனமூண்ட் தொழிற்சாலையின் தலைவர். வான் ப்ரானின் ராக்கெட் தொழில்நுட்ப ஆராய்ச்சிகளுக்கு முழு உதவிகளை செய்தவர். இவருமே கூட ராக்கெட் தொழில்நுட்பம் தொடர்பாக ஆய்வுகளை செய்தவர். வால்தர் ரெய்டல், பெனமூண்ட் தொழிற்சாலையின் தலைமை ராக்கெட் வடிவமைப்பு விஞ்ஞானி. ஆல்பர்ட் ஸ்பியர், ஹிட்லருக்கு நெருங்கிய நபர்களில் ஒருவர். போர் தளவாட உற்பத்தி துறை மந்திரி.

மதியம் 3:20-க்கு ஆன்ட்வெர்ப்பை தாக்குவதற்கான முதல் *V-2* ராக்கெட் அரண்மனையின் புல்வெளியிலிருந்து ஏவப்பட்டதும், அரண்மனைக்கு உள்ளே விருந்து மேஜைக்கு முன்பாக உட்கார்ந்திருந்த விருந்தினர்கள் அனைவரும் கைகளை தட்டி தங்களுடைய

ஆல்பர்ட் ஸ்பியர்

மேஜர் ஜெனரல் வால்டர் டோர்ன்பெர்கர்

வால்தர் ரெய்டல்

வெற்றியை பகிர்ந்துகொண்டார்கள். ஷேம்பெயின் கிளாஸ்கள் உரசிக்கொள்ளப்பட்டன. பிறகு ஆல்பர்ட் ஸ்பியர், வான் ப்ரானுக்கு விருதை வழங்கும் சடங்கு நடைப்பெற்றது. ஆண்ட்வெர்ப்பின் ரெக்ஸ் திரையரங்கில் தன்னுடைய கண்டுபிடிப்பு பொது மக்களின் உடல்களை சிதறு தேங்காயாக சிதறடித்த அதே கணங்களில் வான் ப்ரான் அதற்கான விருதையும் பெற்றுக்கொண்டார்.

திரவு ஆக்சிசன் ராக்கெட் இன்ஜின் *(liquid oxygen rocket engine)* உடனான வெர்னர் வான் ப்ரானின் தொடர்பு *1929*-ல் இருந்து தொடங்குகிறது. ஹேர்மான் ஹோபர்த், தன்னுடைய *7* கிலோ உந்து சக்தி கொண்ட திரவ ஆக்சிசன் ராக்கெட் என்ஜினின் சோதனை செயல் விளக்கத்தை பெர்லினில் ஜூலை *23, 1930* செய்து காட்டியபோது உடன் இருந்தவர்களில் வெர்னர் வான் ப்ரானும் ஒருவர். அப்போது வான் ப்ரானுடைய வயது இருபதுக்குள்தான்.

ஹேர்மான் ஹோபர்த்தை *(Hermann Oberth)*, ஜெர்மானிய ராக்கெட் தொழில் நுட்பத்தின் தந்தை என்று கூட சொல்லலாம். அவர் *1923*-ல் வெளியிட்ட *Die Rakete zu den Planetenraumen (The Rocket into Interplanetary Space)* புத்தகம் ஜெர்மானிய ராக்கெட் தொழில் நுட்ப ஆராய்ச்சியில் ஒரு புதிய அத்தியாயத்தை தொடங்கிவைத்தது. அதற்கு முன்பு வரை கந்தகப் பொடியை கொண்டு இயங்கும் சிறிய அளவிலான ராக்கெட்களே வழக்கில் இருந்தன. நாம் தீபாவளிக்கு வெடிக்கும் ராக்கெட் பட்டாசுகளின் பெரிய வடிவம் இவை. இந்த வகை ராக்கெட்களை வைத்துக்கொண்டு விண்வெளி கனவுகளையெல்லாம் காண முடியாது.

7கிலோ உந்து சக்தி கொண்ட திரவ ஆக்சிசன் ராக்கெட் என்ஜின் செயல் விளக்கம்.
ஜூலை 23, 1930

ராக்கெட்கள்விண்வெளியை தொடவேண்டுமானால்அவைகளுக்கான உந்து சக்தி மிக அதிகமாக இருக்கவேண்டும். ஒரு நொடிக்கு 7 மைல்கள் *(7 miles per second)* அல்லது ஒரு மணிக்கு 25,000 மைல்கள் *(25,000 miles per hour)* வேகத்தில் பூமியிலிருந்து ராக்கெட்கள் கிளம்பினால்தான் அவைகளால் பூமியின் புவி ஈர்ப்பு விசையை மிஞ்சிக்கொண்டு விண்வெளியை அடைய முடியும்.

இதற்கு எஸ்கேப் வெலாசிட்டி *(escape velocity)* என்றுப் பெயர். இதற்கும் குறைவான வேகத்தில் ஒரு ராக்கெட்டை இயக்கினால் அது சற்று தூரம் வானில் பயணித்துவிட்டு மீண்டும் பூமியின் மீதே விழுந்துவிடும். பூமியின் புவி ஈர்ப்பு விசை காரணமாக.

நாம் தீபாவளி அன்று விடும் ராக்கெட் பட்டாசுகள் வானில் சிறிது தூரம் சென்ற பிறகு மீண்டும் பூமியை நோக்கி திரும்புவதை காண முடியும். புவி ஈர்ப்பு விசை அதன் மீது செயல்படுவதே இதற்கான காரணம். அப்போதும் இப்போதும் ராக்கெட் தொழில் நுட்பத்தின் மிகப் பெரும் சிக்கலும் பிரச்சனையும் என்னவென்றால் கண் மூடித்தனமான இந்த வேகத்தில் ராக்கெட்டை இயக்குவதற்கான எரிபொருள். புவி ஈர்ப்பு விசைக்கு எதிராக இவ்வளவு வேகத்தில் ராக்கெட்டை இயக்க

கூடிய எரிபொருள் குறித்த ஆய்வுகள் அமெரிக்காவிலும் அப்போது நடைப்பெற்றுக்கொண்டிருந்தது.

அந்த நேரத்தில்தான் ஹேர்மான் ஹோபர்தினுடைய புத்தகம் வெளிவந்தது. திரவ ஆக்சிசனை, திரவ ஆல்கஹாலுடன் கலப்பதன் மூலம் ராக்கெட் அதி வேகத்தில் பறப்பதற்கான எரிபொருளையும் அதற்கான என்ஜினையும் உருவாக்க முடியும் என்கிற கோட்பாட்டை அந்த புத்தகத்தில் எழுதியிருந்தார் ஹோபர்த். புத்தகம் வெளிவந்த சமயத்தில் யாரும் அதை பெரிதாக கண்டுகொள்ளவில்லை. ஒரு வருடம் சென்ற பிறகு மற்றொரு எழுத்தாளரும், ராக்கெட் தொழில் நுட்பத்தில் விருப்பம் கொண்ட மேக்ஸ் வேலியர் *(Max Valier)* கண்களில் ஹோபர்த்தின் புத்தகம் பட ஹோபர்த்துக்கான அங்கிகாரம் கிடைக்கத் தொடங்கியது.

வேலியரும் ஹோபர்த்தும் இணைந்து ராக்கெட் தயாரிப்பு தொழிற்சாலை ஒன்றை நிறுவுவதற்கான முயற்ச்சிகளில் ஈடுப்பட்டார்கள். அன்றைய ஜெர்மனியின் பெரிய நிறுவனங்கள் எதுவும் ராக்கெட் தொழில் நுட்பத்தில் ஆர்வம் காட்டாத காரணத்தால் இருவரின் முயற்ச்சிகளும் எத்தகைய அடுத்தக்கட்ட முன்னேற்றங்களும் இல்லாமல் தேங்கி நின்றது.

இதே காலக்கட்டத்தில் ஜெர்மானிய இராணுவத்தின் பீரங்கிப்படைப் பிரிவின் *(Army Ordnance Office)* தலைவரான லெய்டினன்ட் கோனல் கார்ல் எமில் பெக்கரும் *(Lieutenant Colonel Karl Emil Becker)* ராக்கெட் தொழில் நுட்பத்தில் அதிக ஈடுபாட்டுடன் செயல்பட்டுக்கொண்டிருந்தார். அவருடைய கவனம் கந்தகப் பொடியில் இயங்கும் ராக்கெட் தொழில் நுட்பத்தை வளர்த்தெடுப்பதிலேயே பெரிதும் நிலைத்திருந்தது. அவர், ராக்கெட்களை விண்வெளி பயணத்திற்கான வாகனமாக பார்க்காமல் எதிரிகளை தாக்கி அழிப்பதற்கான ஆயுதமாகவே பார்த்தார்.

இந்த நிலையில் *1928*-ல் ஹோபர்த்துக்கு ஒரு பெரிய வாய்ப்பு வீடு தேடி வந்தது. இருபதுகளின் மிகச் சிறந்த இயக்குனர்களில் ஒருவரான பிரிட்ஸ் லாங் *(Fritz Lang)*, தன்னுடைய அடுத்த திரைப்படமான *Frau im Mond (Woman in the Moon)* திரைப்படத்திற்கான ஸ்பேஸ் சையன்ஸ் ஆலோசகராக வரும்படி ஹோபர்த்தை அழைத்தார். பிரிட்ஸ் லாங்கின் முந்தையப் படமான *Metropolis* ஜெர்மனியையும் தாண்டி உலகம் முழுவதிலும் மிகப் பெரும் வரவேற்ப்பை பெற்றிருந்தது. பிரிட்ஸ் லாங்கின் இந்த புகழை ராக்கெட் தொழில் நுட்ப வளர்ச்சிக்கும்

பயன்படுத்திக்கொள்ள முடியும் என்பதை உணர்ந்த ஹோபர்த் அவருடைய பிறப்பிடமான ரூமேனியாவிலிருந்து பெர்லின் வந்து சேர்ந்தார்.

திரைப்படத்தில் பணியாற்றிக்கொண்டிருக்கும்போதே தன்னுடைய கனவான ராக்கெட் தொழிற்சாலையை குறித்து பிரிட்ஸ் லாங்கிடம் கூறி அதற்கு உதவும்படி கேட்டுக்கொண்டார் ஹோபர்த். *Frau im Mond* திரைப்பட வெளியீட்டு விழாவின் போது ஒரு ராக்கெட்டையும் விண்ணில் பறக்கவிட்டால் படத்திற்கான கூடுதல் விளம்பரம் கிடைக்கும் என்று பிரிட்ஸ் லாங் தயாரிப்பு நிறுவனமான *UFA*-விடம் கேட்டுகொள்ள, அந்த நிறுவனம் ஹோபர்த் ராக்கெட் தொழிற்சாலை ஒன்றை நிறுவுவதற்கான முதலீட்டை வழங்கியது.

ராக்கெட் தயாரிப்பில் தனக்கு உதவி செய்ய உதவியாளர்கள் தேவை என்று ஹோபர்த் விளம்பரம் செய்ய அவரிடம் வந்து சேர்ந்தவர்களில் ஒருவர் ரூடால்ப் நெபில் *(Rudolf Nebel)*. பின்னாட்களில், கோனல் கார்ல் எமில் பெக்கருக்கும் பீரங்கிப் படைக்கும் மிகப்பெரும் தலைவலியாக மாறியவர். ராக்கெட் தயாரிப்பு தொடங்கியது. என்ஜின் சோதனை நடவடிக்கை ஒன்றின்போது என்ஜின் வெடித்து சிதற ஹோபர்த்துக்கு படுகாயம் ஏற்பட்டது. அவருடைய நரம்பு மண்டலம் முற்றிலுமாக பாதிக்கப்பட அவர் மீண்டும் ரூமேனியாவிற்கே திரும்பிவிட்டார். ராக்கெட் தயாரிப்பு பணியும் அப்படியே நின்றுப்போனது.

அன்றைய நாட்களில் ராக்கெட் தயாரிப்பின் போது ஏற்படும் படுகாயங்களும் உயிரிழப்புகளும் சர்வ சாதாரணமான ஒன்றாக இருந்தது. ஹோபர்த்தாவது படுகாயங்களுடன் தப்பித்தார். அவருடன் சேர்ந்து ராக்கெட் தொழிற்சாலை அமைக்க முயற்சித்துக்கொண்டிருந்த மேக்ஸ் வேலியருக்கு உயிரே போய்விட்டது. ஹோபர்த், படுகாயத்துடன் ரூமேனியா திரும்பிய சமயத்தில், வேலியருக்கு பவுல் ஹேய்லாண்ட் *(Paul Heylandt)* என்பவரின் தொடர்பு கிடைத்தது. திரவ ஆக்சிசன் உபகரணங்களை உற்பத்தி செய்யும் தொழிற்சாலையை நடத்திக்கொண்டிருந்தவர் பவுல் ஹேய்லாண்ட்.

காரில் பொருத்தக் கூடிய திரவ எரிபொருள் ராக்கெட் என்ஜினை தயாரிக்க தன்னுடைய தொழிற்சாலைகளில் ஒன்றை *(Industrial Gas Utilization Company,* தெற்கு பெர்லினில் அமைந்திருந்தது*)* வேலியருக்கு கொடுத்தார் ஹேய்லாண்ட். இதில் வேலியருக்கு உதவியாளர்களாக

இருந்தவர்கள் ஹேய்லாண்ட் நிறுவனத்தில் பணி செய்த என்ஜினியர்களான வால்தர் ரெய்டலும், ஆர்த்தர் ரூடால்ப்பும் *(Arthur Rudolph)*.

நாம் மேலேப் பார்த்த ஆன்ட்வெர்ப் தாக்குதலின் போது வார்லர் அரண்மனையில் நடைப்பெற்ற விருது விழால் வான் ப்ரானுடன் விருது பெற்றவர்களில் ஒருவரான அதே வால்தர் ரெய்டல்தான் இந்த வால்தர் ரெய்டல். ஆர்த்தர் ரூடால்ப்பும், வால்தர் ரெய்டலும் பின்னாட்களில் பெனமூண்ட் ராக்கெட் தொழிற்சாலையில் வான் ப்ரானுடன் இணைந்து ராக்கெட்களை தயாரித்தார்கள்.

வேலியரின் விதி மே *17, 1930* அன்று முடிய இருந்தது. அன்றைய தினம் வேலியர் தயாரித்திருந்த கார்களில் பயன்படுத்தக் கூடிய ராக்கெட் என்ஜினை சோதனை மேடையில் வைத்து மூவரும் சோதித்துக்கொண்டிருந்தபோது எதிர்பாராத விதமாக திடீரென்று அது வெடித்து சிதறியது. வெடித்து சிதறிய என்ஜினுடைய பாகங்கள் வேலியரின் நுரையீரலை பதம் பார்த்துவிட்டன. ரூடால்ப் நிலைகுலைந்து தரையில் கிடக்க, முதலில் சுதாரித்துக் கொண்டது ரெய்டல். உயிருக்குப் போராடிக்கொண்டிருந்த வேலியரை கைகளில் தாங்கிப் பிடித்த ரெய்டலுக்கு தெரிந்துவிட்டது தாமதிக்கும் ஒவ்வொரு கணமும் வேலியரின் உயிருக்கு ஆபத்தென்று. வேலியரை அப்படியே தரையில் கிடத்திவிட்டு உதவி வேண்டி தட்டுத் தடுமாறி ரெய்டல் வெளியே செல்ல சுய நினைவு திரும்பி எழுந்து உட்கார்ந்த ரூடால்ப்பின் கண்களுக்கு முன்னால் வேலியரின் உயிர் பிரிந்தது.

மேக்ஸ் வேலியர்

ஆர்த்தர் ரூடால்ப்

ரூடால்ப் நெபில்

ஜெர்மனியின் ராக்கெட் தொழில் நுட்ப வளர்ச்சி வரலாற்றின் முதல் கள பலி மேக்ஸ் வேலியர். அவர் எந்த துறையை கனவிலும் நினைவிலும் ஆழமாக நேசித்து அதற்காகவே உழைத்தாரோ அந்த துறையே அவருடைய உயிரையும் விலையாக பெற்றுக்கொண்டது.

மேக்ஸ் வேலியர் இந்த சோதனையில் ஈடுபட்டிருந்த நாட்களில் (அதாவது 1929-களில்) ராக்கெட் தொழில் நுட்ப வளர்ச்சி தொடர்பாக இரண்டு முக்கிய நிகழ்வுகள் அரங்கேறின. ஒன்று, ஹேர்மான் ஹோபர்த்தின் மற்றொரு புத்தகமான *Wege zur Raumschiffahrt (Ways to Spaceflight)* வெளியானது. இது ராக்கெட் தொழில் நுட்ப வட்டாரத்தில் ஹோபர்த்தின் புகழை மேலும் அதிகப்படுத்தியது. இரண்டாவது, ரெயிச் (ஹிட்லருடையது அல்ல) அரசாங்கம் கோனல் கார்ல் எமில் பெக்கர் ராக்கெட் தொழில்நுட்பத்தை வளர்த்தெடுப்பதற்கான அனுமதியை வழங்கியது. இதன்படி அதற்கான நிதியையும் ஒதுக்கியது.

அதே வேலையில் இந்த பணியில் கோனல் கார்ல் எமில் பெக்கருக்கு உதவியாளர்களாக மேலும் மூவரை நியமித்தது. அதில் ஒருவர் எரிக் ஸ்கினைடர் *(Erich Schneider)* மற்றொருவர் வால்டர் டோன்பர்கர். பின்னாட்களில் பெனமூண்ட் ராக்கெட் தொழிற்சாலையின் தலைவராக நியமிக்கப்பட்ட அதே மேஜர் ஜெனரல் வால்டர் டோன்பர்கர்தான் இவர்.

இதில் எரிக் ஸ்கினைடரின் விதி ஜூன் 30, 1934-ல் ஹிட்லரால் முடித்து வைக்கப்பட்டது. இந்த நிகழ்வு நாசிகளின் வரலாற்றில் நைட் ஆப் தி லாங் நைவ்ஸ் *(Night of the Long Knives)* என்று அறியப்படுகிறது. ஜெர்மானிய இராணுவத்தை தவிர்த்து ஹிட்லருடைய நோஷனல் சோசியலிஸ்ட் பார்டி *(National Socialist German Workers' Party)* மேலும் இரண்டு படை பரிவாரங்களை உருவாக்கியிருந்தது. அவை ஸ்டிருமேட்டேலுங் *(Sturmabteilung)* சுருக்கமாக *SA* மற்றும் ஸ்டுச்ஸ்டேபேல் *(Schutzstaffel)* சுருக்கமாக *SS*.

முதல் உலகப் போரில் ஈடுபட்டு ஓய்வுப் பெற்ற படை வீரர்களை கொண்ட அமைப்பு *SA*. வேலை இல்லாதவர்களும் இதில் கனிசமாக இருந்தார்கள். ஹிட்லருடைய நாசி கட்சிக்கு எதிரானவர்களை போட்டுத் தள்ளுவதும், எதிர் கட்சிகள் ஏற்பாடு செய்யும் கூட்டங்களுக்கு சென்று வன்முறை செய்வதும் இவர்களுடைய சிறப்பு பணிகள். இதன் தலைவர்களில் ஒருவராக பின்னாட்களில் நியமிக்கப்பட்டவர்களில் ஒருவர்தான் நாம் மேலே பார்த்த எரிக்

ஸ்கினைடர். *(SA* படை ஆட்களை அவர்களுடைய பிரவுன் யூனிபார்ம் கொண்டு அடையாளம் காணலாம்).

ஹிட்லரின் பாதுகாப்பிற்காக உருவாக்கப்பட்ட படை *SS* (இவர்களுடைய கருப்பு உடையை கொண்டு இவர்களை அடையாளம் காணலாம்). இது ஹிட்லருக்கு மிக நெருங்கிய சகாக்களில் ஒருவரான ஹிம்லருடைய கட்டுப்பாட்டிலிருந்தது. ஹிட்லர் பதவிக்கு வந்த பிறகு உட்கட்சி அரசியல் காரணமாக *SA*-விற்கும் *SS*-க்கும் முட்டிக்கொண்டது. இறுதியாக *SA* படையின் தலைவர்களையும் முக்கிய நபர்களையும் போட்டுத்தள்ளுவதற்கான உத்தரவை ஹிட்லர் வழங்க *SS* திவ்வியமாக அதை நிறைவேற்றியது. இந்த சம்பவத்தைத்தான் நைட் ஆப் தி லாங் நைவ்ஸ் என்று அடையாளப்படுத்துகிறார்கள்.

பாதியிலேயே நின்றுவிட்டிருந்த ஹோபர்த்தின் ராக்கெட் தயாரிப்பை தொடரும் விதமாக பல இடங்களில் பொருளாதார உதவிகளை தேடிக் அலைந்துகொண்டிருந்தார் நெபில். அந்த சமயத்தில் அவர் சந்தித்தது கோனல் கார்ல் எமில் பெக்கரை. ஹேர்மான் ஹோபர்த்தின் புத்தகங்களையும் அவருடைய ராக்கெட் தயாரிப்பு தொழில் நுட்பங்களையும் குறித்து அறிந்திருந்த கோனல் கார்ல் எமில் பெக்கர், பாதியிலேயே நின்றுவிட்ட ராக்கெட் தயாரிப்பை தொடர்வதற்கான நிதியை வழங்கினார்.

தயாரிப்பு பணிகளுக்கென்று ரெயிச் இன்ஸ்டிடியூஷன் ஆப் கெமிக்கல் டெக்னாலஜி *(Reich Institution of Chemical Technology)* நிறுவனத்தின் தொழிற்சாலை கிடங்கும் வழங்கப்பட்டது. நெபில் இந்த செய்தியை ரூமேனியாவிலிருந்த ஹேர்மான் ஹோபர்த்துக்கு தெரியப்படுத்த உடல் நிலை தேறியிருந்த அவர் மீண்டும் பெர்லின் வந்து சேர்ந்தார். முன்பு சோதனையின் போது வெடித்து சிதறிய என்ஜினை மீண்டும் மாற்றியமைத்துக்கொண்டிருந்த சமயத்தில்தான் மற்றொரு இடத்தில் மேக்ஸ் வேலியரின் மரணம் நிகழ்ந்தது.

இரண்டாம் முறையாக ஹேர்மான் ஹோபர்த் தன்னுடைய ராக்கெட்டை உருவாக்கிக்கொண்டிருந்தபோது அவருடைய உதவியாளர்களாக இருந்தவர்களில் முக்கியமானவர்கள் கிளாவுஸ் ரெய்டல் *(Klaus Riedel)* மற்றும் வான் ப்ரான். ஹோபர்த், தன்னுடைய *7*-கிலோ உந்து சக்தி கொண்ட திரவ ஆக்சிசன் என்ஜின் ராக்கெட்டை முழுமையாக வடிவமைத்து ஜூலை *23, 1930*-ல் சோதனை ஓட்டத்திற்கு கொண்டு வந்தார். அந்த சமயத்தில் எடுக்கப்பட்ட

புகைப்படத்தின் வழியாகவே வான் ப்ரான் வெளி உலகிற்கு முதன் முதலாக அறிமுகமாகிறார். அப்போது வான் ப்ரானுக்கு வயது 18. நிலப்பிரபுத்துவ குடும்பத்தை சேர்ந்தவர். தந்தை, ஜெர்மனியின் பெரும் புள்ளிகளுடன் தொடர்புடைய வங்கி தொழிலை நடத்திக்கொண்டிருந்தார். பணத்திற்கும் செல்வாக்கிற்கும் பஞ்சம் கிடையாது. சிறு வயதிலிருந்தே விண்வெளி துறையின் மீது ஈடுபாடு கொண்டிருந்த வான் ப்ரானுக்கு புத்தி கூர்மையும் கை கொடுத்தது. பணமிருக்கும் இடத்தில் புத்திக்கு வேலையில்லை என்பது இவர் விசயத்தில் விதி விலக்காக இருந்தது.

இந்த சோதனையை முடித்தப் பிறகு ஹேர்மான் ஹோபர்த் மீண்டும் ரூமேனியாவிற்கு திரும்பிவிட நெபில் ராக்கெட்டன்புலுக்பிளாட்ஸ் *(Raketenflugplatz)* என்கிற நிறுவனத்தை உருக்கினார். இதில் இருந்த இன்ஜினியர்களில் வான் ப்ரான் மாத்திரமே பதின் பருவத்திலிருந்தவர். ராக்கெட்டன்புலுக்பிளாட்ஸ், ஜெர்மானிய ராக்கெட் தொழில் நுட்ப வளர்ச்சி வரலாற்றில் தவிர்க்க முடியாது அங்கமாக மாறிப்போனது.

மற்றொரு புறம் மேக்ஸ் வேலியர் தன்னுடைய உயிரைக் கொடுத்து உருவாக்கிய திரவ எரிபொருள் ராக்கெட் என்ஜினை மேலும் பவுல் ஹேய்லாண்ட். திரவ எரிபொருள் ராக்கெட் என்ஜின் உருவாக்கத்தை வேகப்படுத்த நினைத்த கோனல் கார்ல் எமில் பெக்கர், ஹேய்லாண்ட் நிறுவனத்திற்கும் ராக்கெட்டன்புலுக்பிளாட்ஸ் நிறுவனத்திற்கும் அதற்கான தனித் தனி ஒப்பந்தங்களை வழங்கினார். ஹேய்லாண்டின் நிறுவனம் தங்களுடைய ஆய்வுகளில் பின் தங்கியே இருந்தது.

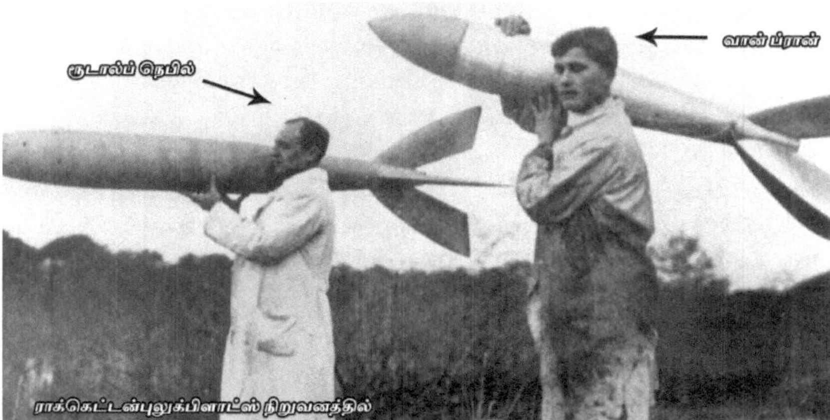

ராக்கெட்டன்புலுக்பிளாட்ஸ் தங்களுடைய ராக்கெட் என்ஜின் தயாரிப்பில் குறிப்பிட்ட முன்னேற்றங்களை செய்துக்கொண்டிருந்தாலும் நெபிலுடைய விளம்பர தம்பட்ட மனோபாவம் காரணமாக அதற்கு பெரும் நெருக்கடிகளை விலைக்கொடுத்து வாங்கிக்கட்டிக்கொண்டது. கோனல் கார்ல் எமில் பெக்கர், பீரங்கிப்படையின் ராக்கெட் ஒப்பந்தங்கள் குறித்து இரகசியம் காக்கப்படவேண்டும் என்கிற நிபந்தனையின் பெயரிலேயே இரு நிறுவனங்களுக்கும் ஒப்பந்தங்களை வழங்கியிருந்தார். அதன்படி ஹேய்லாண்டின் நிறுவனம் நடந்துகொள்ள, நெபில் தங்கள் நிறுவன ராக்கெட் தொழில் நுட்ப முன்னேற்றங்களை குறித்து சகட்டு மேனிக்கு நாளிதழ்களிலும் மாத இதழ்களிலும் எழுதி தள்ளினார்.

நெபில் வேண்டுமென்றேதான் இப்படி நடந்துகொண்டார். பீரங்கிப்படை ஒப்பந்தம் முடிந்த பிறகு மேற்கொண்டு நிறுவனத்தின் ஆய்வுகளை தொடர அவருக்கு பணம் தேவையாக இருந்தது. தன்னுடைய நிறுவனத்திற்கு இப்படி விளம்பரம் தேடுவதன் மூலம் பெரிய நிறுவனங்களை தங்களுடைய ஆய்வுகளில் முதலீடு செய்ய வைக்க முடியும் என்பது அவருடைய கணக்கு. இது கோனல் கார்ல் எமில் பெக்கருக்கு கடுப்பை கிளப்பியது. அதன் விளைவாக ராக்கெட்டன்புலுக்பிளாட்ஸ் நிறுவனத்தின் ஒப்பந்தம் முறிக்கப்பட்டது.

அடுத்த இரண்டு வருடங்களில் கோனல் கார்ல் எமில் பெக்கர் எதிர்பார்த்த முன்னேற்றங்கள் ஏதும் நிகழாத காரணத்தால் 1932-ல் மீண்டும் ராக்கெட்டன்புலுக்பிளாட்ஸ் நிறுவனத்திற்கு ஒரு வாய்ப்பு வழங்கப்பட்டது. இந்த ஒப்பந்தத்தின் முடிவாக உருவாக்கப்பட்ட ராக்கெட் சோதனை ஓட்டம் தோல்வியில் முடிந்தாலும் வான் ப்ரானுக்கு கோனல் கார்ல் எமில் பெக்கருடனான அறிமுகம் ஏற்பட்டது.

ராக்கெட்டன்புலுக்பிளாட்ஸ் நிறுவனத்திற்கான ஒப்பந்தத்தை கிடப்பில் போட்ட கோனல் கார்ல் எமில் பெக்கர், பீரங்கிப்படையின் நிதியுதவியுடன் ராக்கெட் தொழில் நுட்பத்தில் ஆய்வுகளை மேற்கொள்வதற்கான வாய்ப்பை வான் ப்ரானுக்கு வழங்கினார். வான் ப்ரான் தன்னுடன் சேர்த்து கிளாவுஸ் ரெய்டலையும் பீரங்கிப் படையில் ஆய்வுகளை மேற்கொள்ள இழுத்து வந்தார். பின்னாட்களில் ஹேய்லாண்ட் நிறுவனத்திலிருந்த ஆர்த்தர் ரூடால்ப்பையும், வால்தர் ரெய்டலையும் கூட பீரங்கிப்படை ஆய்விற்கு இழுத்துக்கொண்டார் வான் ப்ரான்.

பெர்லினுக்கு தெற்கில் குமர்ஸ்டார்ப்பில் *(Kummersdorf)* அமைந்திருந்த பீரங்கிப்படைக்கு சொந்தமான கட்டிடத்தில் வான் ப்ரானின் திரவ ஆக்சிசன் ராக்கெட் என்ஜின் ஆய்வுகள் தொடர்ந்தன. உடன் அவர் இழுத்து வந்த என்ஜினியர்கள் பட்டாளமும். ராக்கெட் தொழில் நுட்பத்தில் வெளிப்பட்ட வான் ப்ரானின் புத்திக் கூர்மையும் விடா முயற்ச்சிகளும் கோனல் கார்ல் எமில் பெக்கரிடம் பெரும் தாக்கத்தை ஏற்படுத்தியது. பீரங்கிப் படைக்கான அசைக்க முடியாத ராக்கெட் தொழில் நுட்ப வல்லுனராக மாறிக்கொண்டிருந்தார் வான் ப்ரான்.

குமர்ஸ்டார்ப்பில் அவர் உருவாக்கிக்கொண்டிருந்த *A-2* திரவ ஆக்சிசன் ராக்கெட் என்ஜின் அதுவரை உருவாக்கப்பட்டிருந்த திரவ ராக்கெட் என்ஜின்களிலேயே செயல் திறன் மிக்கதாவகும் நிலையானதாகவும் இருந்தது. இந்த என்ஜின் உருவாக்கிக்கொண்டிருந்த நாட்களில் *(1933-ல்)* ஹிட்லர் குமர்ஸ்டார்ப் தொழிற்சாலையை சுற்றிப்பார்க்க வந்தார். அந்த சமயத்தில் அவருக்கு இந்த ராக்கெட் குறித்த விளக்கம் அளிக்கப்பட்டது.

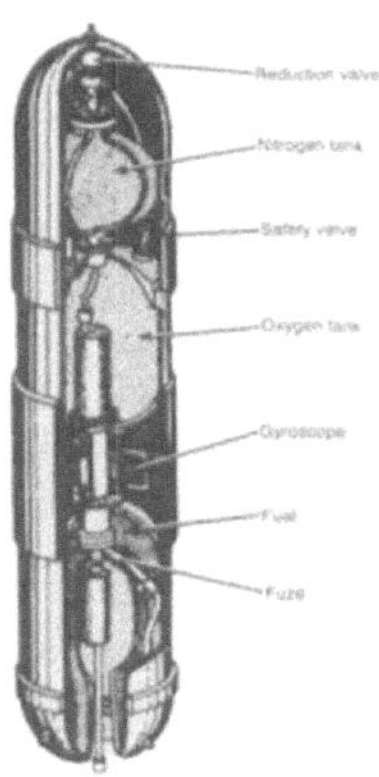


*1934-ன் முடிவில் குமர்ஸ்டார்ப் பீரங்கிப் படை தொழிற்சாலையில் வான் ப்ரான் உருவாக்கிய திரவ ஆக்சிசன் ராக்கெட் என்ஜின் A-2*

*1933-ல் குமர்ஸ்டார்ப் பீரங்கிப் படை தொழிற்சாலையை காண வந்த ஹிட்லருக்கு இந்த ராக்கெட் என்ஜின் உருவாக்கம் விளக்கப்பட்டது.*

நாசி பீரங்கிப் படையின் செல்லப் பிள்ளையான வான் ப்ரான், நாசிகளின் வதை முகாம் *(Concentration camp)* சித்தரவதைகளிலும் கூட பங்கெடுக்கத் தொடங்கினார்.

எப்படி? பார்ப்போம்.

# இரிடியம் ஒலி

**வருடம் *1987***
**மோட்டோரோலா அலுவலகம்,**
**சான்ட்லர், அரிசோனா**

மோட்டோரோலாவின் சிஸ்டம்ஸ் என்ஜினியரிங் குரூப்பை *(Systems Engineering Group)* சேர்ந்தவர்கள் ரேலேப்போல்ட் *(Ray Leopold)*, கென்னத் பீட்டர்சன் *(Kenneth Peterson)* மற்றும் பேரி பெர்டைகர் *(Bary Bertiger)*. இந்த மூவருக்கும் இரகசியமான ஒரு ப்ரோஜக்ட் கொடுக்கப்பட்டிருந்தது. ப்ரோஜக்டை கொடுத்தவர் மோட்டோரோலாவின் தலைவர்களின் ஒருவரான டூரல் ஹில்லீஸ் *(Durrell Hillis)*.

மூன்று பெரும் தொழில் முயற்ச்சி தோல்விகளுக்கு பிறகு உருவானது மோட்டோரோலா. இதன் நிறுவனரான பவுல் கேல்வின் *(Paul Galvin)* சிறு வயதில் அனுமதியில்லாமல் இரயில் பெட்டிகளில் சான்விட்ச்களை விற்பனை செய்வதிலிருந்து தன்னுடைய வாழ்க்கையை தொடங்கியவர். மூன்று தொழில் முயற்ச்சிகளின் தோல்விகளுக்கு பின்னர் ஓய்ந்து உட்கார்ந்துவிடாமல் அவர் தொடங்கியது வானொலிகளை கார்களில் பொருத்தும் தொழில். இந்த தொழிலே மோட்டோரோலா என்கிற பிராண்ட் பெயருக்குமான அடிப்படை.

இந்த தொழில் சூடுபிடிக்க கேல்வின் அடுத்தடுத்த தொழில் முயற்ச்சிகளிலும் இறங்கினார். வைரலெஸ் தொலைத் தொடர்பு கருவிகள், டிரான்சிஸ்டர், செமிகன்டக்டர்ஸ், மைக்கிரோப்ராசஸர்ஸ் தயாரிப்பு என்று பின்னாட்களில் மோட்டோரோலா பூதாகாரமான கம்பெனியாக மாறி நின்றது. தொலைத் தொடர்பு கருவிகள், அது சார்ந்த எலெக்டிரான்கிஸ் பொருட்கள் என்றாலே அது மோட்டோரோலா தயாரிப்புதான் என்கிற நிலை வந்து சேர்ந்தது. இந்த

நிலை அமெரிக்காவில் மாத்திரமல்ல உலகம் முழுவதிலும். சந்திரனில் முதலில் கால் பதித்ததாக சொல்லப்படும் நீல் ஆர்ம்ஸ்டிராங் நிலவிலிருந்து பூமிக்கு தொடர்பு கொண்டது மோட்டோரோலா தயாரித்த தொலைத் தொடர்பு கருவிகளின் வழியேதான்.

ஆக மோட்டோரோலாவின் தயாரிப்புகள் பூமியைத் தாண்டி நிலவின் மேற்பரப்பையும் சென்றடைந்த ஒன்று என்று தாராளமாக கூறலாம். அன்றைய நாட்களில் *NASA*-விற்கு ஸ்பேஸ் ஷட்டில் தயாரித்த போயிங், லாக்ஹீட் மார்டின், மெக்டோனல் டக்லஸ் போன்ற அனைத்து தனியார் நிறுவனங்களும் தங்களுடைய ஷட்டில் தயாரிப்புகளில் மோட்டோரோலாவின் தொலைத் தொடர்பு தொழில் நுட்பங்களையும் கருவிகளையுமே பயன்படுத்தின.

எண்பதுகளின் தொடக்கத்தில் உலகின் முதல் கைப்பேசியையும் அறிமுகப்படுத்தி தொலைத்தொடர்பு தொழில்நுட்பத்தின்உச்சங்களை தொட்டுக்கொண்டிருந்தாலும் மேலும் மேலும் பெரிதாக செய்தாக வேண்டும் என்கிற உந்துதலில் செயல்பட்டுக்கொண்டிருந்தார்கள் மோட்டோரோலாவை வழி நடத்தியவர்கள். அதன் ஒரு பகுதியாகவே நாம் மேலேப் பார்த்த மூன்று என்ஜினியர்களிடம் அந்த இரகசியப் ப்ரோஜக்ட் கொடுக்கப்பட்டிருந்தது.

உலகம் இதுவரை கண்டிராத ஒரு பெரும் தொலைத் தொடர்பு தொழில் நுட்பத்தை உருவாக்கியாகவேண்டும். அது மோட்டோரோலாவின் தனிப் பெரும் தொழில் உடமையாக இருக்கவேண்டும். இதுதான் அவர்களுக்கு கொடுக்கப்பட்ட இரகசிய ப்ரோஜக்ட் அஜெண்டா. அதன்படி அந்த மூவரும் சேர்ந்து உருவாக்கிய திட்டம் இரிடியம். மோட்டோரோலாவின் கைப்பேசிகளை வைத்திருக்கும் வாடிக்கையாளர்கள் உலகின் எந்த மூலையிலிருந்தும் அடுத்த மூலையிலிருப்பவரை எத்தகைய தடையுமின்றி தொடர்புகொண்டு பேசுவதை வசதி செய்வதற்கான திட்டம்.

இந்த திட்டத்திற்கான பெரும்பாலான தொழில் நுட்ப சங்கதிகள் மில்ஸ்டார் *(Milstar)* மற்றும் ஸ்டார் வார்ஸ் *(Star Wars)* திட்டங்களிலிருந்து பெறப்பட்டது. இந்த இரண்டும் அப்போதைய அமெரிக்க அரசாங்கத்தால் கைவிடப்பட்டவை. அமெரிக்க அரசாங்க வட்டாரத்திலும், *NASA*-விலும் ஆழமாக வேரூன்றியிருந்த மோட்டோரோலாவின் செல்வாக்கு காரணமாக மில்ஸ்டார் மற்றும் ஸ்டார் வார்ஸ் திட்ட டாக்குமெண்ட்கள் சான்டலர் மோட்டோரோலா

அலுவலகத்திலிருந்த லேப்போல்ட், பீட்டர்சன் மற்றும் பெர்டைகருக்கு சர்வ சாதாரணமாக கிடைத்தன.

மில்ஸ்டார் மற்றும் ஸ்டார் வார்ஸ் தொழில் நுட்பங்களில் புத்திசாலித்தனமாக தங்களுடைய தொழில் நுட்ப மாற்றங்களை மூவரும் புகுத்தினார்கள். அதில் முக்கியமானது இரிடியம் செயற்க்கைக்கோள்கள் தங்களுக்குள் தொடர்புகொள்வது. மனிதர்களுடைய உதவியின்றி இரிடியம் செயற்க்கைக்கோள்கள் தங்களுடைய சக செயற்க்கைக்கோள்களுடன் எப்போது தொடர்பு கொள்வது, எப்போது தொடர்பை துண்டித்துக்கொள்வது என்பதை அவைகளே முடிவு செய்துக்கொள்ளும். இந்த தொழில் நுட்பம் மில்ஸ்டார் மற்றும் ஸ்டார் வார்ஸ் தொழில் நுட்பங்களில் இல்லாத ஒன்று.

இரிடியம் திட்டத்திலிருந்த பல தொழில் நுட்ப சாவல்களை கலைய அமெரிக்காவிலிருந்த மற்ற தொலைத் தொடர்பு நிறுவனங்களில் பணியாற்றிக்கொண்டிருந்த சிறந்த என்ஜினியர்களின் ஆலோசனைகளையும் பெற்றுக்கொண்டார்கள் இந்த மூவரும். இதற்கும் மோட்டோரோலாவின் செல்வாக்கும் தொழில் தொடர்புகளுமே அவர்களுக்கு பெரும் உதவியாக அமைந்தது.

குறிப்பாக ஆர்பிட்டல் சயின்சஸ் கார்பரேஷன் *(Orbital Sciences Corporation)*, பேர்சைல்ட் இன்டஸ்டிரீஸ் இங் *(Fairchild Industries, Inc.)*, பால் ஏரோஸ்பேஸ் டெக்னாலஜிஸ் *(Ball Aerospace & Technologies)* போன்ற நிறுவனங்களில் பணி செய்துக்கொண்டிருந்த முன்னணி என்ஜினியர்களை தங்களுடைய சான்ட்லர் அலுவலக சோதனை கூடத்திற்கு வரவழைத்து தங்களுக்கான தொழில் நுட்ப சங்கதிகளைப் பெற்றுக்கொண்டார்கள். அவர்களிடம் தாங்கள் எதற்காக இந்த தொழில் நுட்ப தகவல்களை கேட்கிறோம் என்பதை மறந்தும் மூச்சு விட்டுக்கொள்ளாமல்.

அடுத்த மிகப் பெரிய தொழில் நுட்ப சிக்கலாக இரிடியத்திற்கு முன்பாக நின்றது, இரிடியம் செயற்க்கைக்கோள்களை எந்த வாக்கில் பூமிக்கு மேல் சுற்றவிடுவது என்பது. பூமியின் நில நடுக்கோட்டை அச்சாக வைத்து வட்டமாக பூமியை இரிடியம் செயற்க்கைக்கோள்கள் சுற்றி வந்தால், பூமியின் துருவ பகுதிகளில் இருக்கும் மோட்டோரோலா வாடிக்கையாளர்களுக்கு தொடர்ச்சியான சிக்னல்கள் கிடைக்காமல் போகும் பிரச்சனை இருந்தது.

இதற்கான தீர்வும் பால் ஏரோஸ்பேஸ் டெக்னாலஜிசை சேர்ந்த என்ஜினியர் ஒருவரிடமிருந்தே வந்தது. ஜர்னல் ஆப் தி அஸ்டிரானாட்டிகள் சயின்சஸ் *(Journal of the Astronautical Sciences)* மாதப் பத்திரிக்கையில் வெளிவந்திருந்த ஸ்பேஸ் சயின்ஸ் கட்டுரை ஒன்றை அந்த என்ஜினியர் லேப்போல்ட்டுக்கு இது தொடர்பாக பரிந்துரைத்தார். *Circular Polar Constellations Providing Continuous Single or Multiple Coverage Above a Specified Latitude* என்கிற அந்த கட்டுரையை எழுதிய விஞ்ஞானிகள், வில்லியம் ஆடம்ஸ் மற்றும் லியோனார்ட் ரைடர்.

செயற்க்கைக்கோள்களை பூமியின் வட துருவத்திற்கும் தென் துருவத்திற்குமாக சுற்றவிடுவதைப் பற்றிய கட்டுரை அது. செயற்க்கைக்கோள்கள் பூமியின் துருவப் பகுதிகளை அச்சாக வைத்து சுற்றும்போது பூமியின் மூலை முடுக்குகள் தோறும் செயற்க்கைக்கோள்களால் கடந்து செல்ல முடியும். இதன் காரணமாக துருவ பகுதிகளில் இருக்கும் வாடிக்கையாளர்களாலும் கூட தங்கு தடையின்றி செல்பேசிக்கான சிக்னல்களை பெற முடியும்.

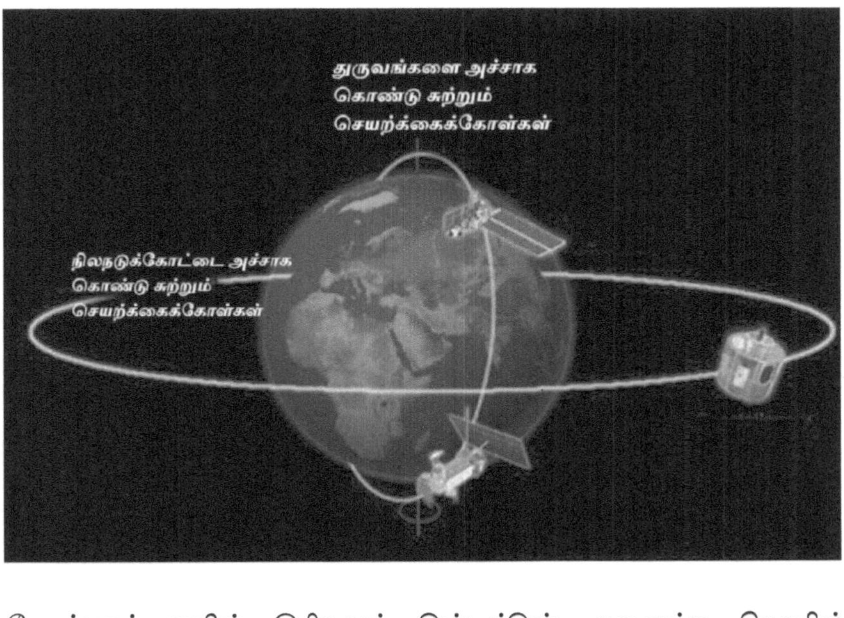


கோட்பாட்டளவில் இரிடியம் திட்டத்தின் அனைத்து தொழில் நுட்ப சிக்கல்களையும் கலைந்து அதற்கு ஒரு இறுதி வடிவத்தை கொடுத்தார்கள் லேப்போல்ட், பீட்டர்சன் மற்றும் பெர்டைகர். பூமியின் மொத்த நிலப்பரப்பையும் கவரும் விதமாக 77 சிறிய

இரக செயற்க்கைக்கோள்களை லோ எர்த் சுற்றுவட்டப்பாதையில் *(Low Earth Orbit)* நிலை நிறுத்துவது. நிலை நிறுத்தப்படும் 77 செயற்க்கைக்கோள்களும் பின்னர் பூமியின் துருவங்களை அச்சாக கொண்டு வட துருவத்திலிருந்து தென் துருவமாக பூமியை சுற்றிவரத் தொடங்கும்.

உலகின் எந்த ஒரு தொலைத் தொடர்பு நிறுவனமும் அதுவரை இப்படியொரு தொழில் நுட்பத்தை குறித்து பெயரளவிற்கு கூட யோசித்திருக்கவில்லை. உண்மையை சொல்வதென்றால் இந்த மூவரும் முன் வைத்த இரிடியம் திட்டம் அன்றைய காலக்கட்டத்திற்கானதல்ல. இன்றைய நாட்களுக்கானது. அதாவது பலப் பத்தாண்டுகள் முன்னோக்கிய ஒரு தொழில் நுட்ப அதிசயத்தை எண்பதுகளின் முடிவிலேயே முன் வைத்திருந்தார்கள்.

இரிடியம் ப்ரோஜக்டிற்கு முதலில் வைக்கப்பட்ட பெயர் சேட்டிலைட் செல்லுலார் பெர்சனல் கம்யூனிகேஷன்ஸ் சிஸ்டம் *(Satellite Cellular Personal Communications System)*. ஒரு வருடம் கழித்து *1988* ஆகஸ்ட் மாதம் மோட்டோரோலாவின் முப்பெரும் தலைகளுக்கு முன்பு இந்த திட்டத்தை குறித்த செயல் விளக்கத்தை நிகழத்தினார்கள் மூவரும். அந்த முப்பெரும் தலைகள், பாப் கேல்வின் *(Bob Galvin)*, நிறுவனரான பவுல் கேல்வினுடைய வாரிசு. ஜான் மிட்சல் *(John Mitchell)*, மோட்டோரோலாவின் வைஸ் பிரசிடெண்ட். பில் வேயிஸ் *(Bill Weisz)*, பாப் கேல்வினுடைய நெருங்கிய நண்பர்.

மேலும் ஒரு முக்கிய நபரும் அங்கே இருந்தார். அவர், ஜார்ஜ் பிஷ்ஷர் *(George Fisher)*, அன்றைய மோட்டோரோலாவின் சீ.ஈ.ஓ *(CEO)*. திட்டத்தை செயல்படுத்த *6.5* பில்லியன் டாலர்கள் *($6.5 billion)* தேவைப்படும் என்று முடித்தார்கள் மூவரும். அறையில் சில நிமிடங்கள் அமைதி. பாப் கேல்வின், சீ.ஈ.ஓ-வான ஜார்ஜைப் பார்க்க, ஜார்ஜ் இது தொடர்பாக மிட்சல் முடிவு எடுத்துக்கொள்ளலாம் என்று கூறினார். அவர் அப்படி சொல்லி வாயை மூடுவதற்கு முன்பே லேப்போல்டுக்கும், பீட்டர்சனுக்கும், பெர்டைகருக்கும் தெரிந்துவிட்டது இரிடியம் செயல்பாட்டிற்கு வரப்போகிறது என்று.

காரணம், மிட்சல் புதிய திட்டங்களுக்கு ஆதரவாக செயல்படக் கூடியவராக இருந்தார். மேலும் அவருக்கு செயற்க்கைக்கோள்களின் மீது பெரும் ஈடுபாடு இருந்ததால் இரிடியம் மிகவும் பிடித்த திட்டங்களில் ஒன்றாக மாறியிருந்தது. மோட்டோரோலாவின்

பெருந்தலைகள் இரிடியம் திட்டத்தில் ஈடுபாட்டுடன் இருந்தாலும் மோட்டோரோலாவின் மற்ற தொழில் நுட்ப துறைகள் இரிடியம் திட்டம் குறித்து கேலியும் கிண்டலும் செய்துக்கொண்டிருந்தன. வேலை நேரத்தில் பொழுது போக்க அலுவல ஜோக்காக பயன்படுத்தப்பட்ட சங்கதி இரிடியம்.

மோட்டோரோலா கோடி கோடியாக கண்ணை மூடிக்கொண்டு கொட்டினாலும் இரிடியம் போன்ற ஒரு தொழில் நுட்பம் சாத்தியமேயில்லை என்பது அவர்களுடைய திடமான நம்பிக்கை. சமகாலத்தை கடந்து யோசிக்க கூடியவன் மனிதனாக இருந்தாலென்ன தொழில்நுட்பமாக இருந்தாலென்ன கேலிக்குள்ளாக்கப்பட வேண்டும் என்பது எழுதப்படாத சட்டம்தானே.

பெருந்தலைகள் இரிடியத்திற்கு பச்சைக்கொடி காட்டியதும் அதற்கு தேவையான முதலீட்டை கொண்டுவருவதற்கான செயல்பாடுகளை தொடங்கினார் மிட்சல். திட்டத்திற்கு தேவையான மொத்த தொகையையும் மோட்டோரோலாவால் ஒற்றை காசோலையில் இறக்கிவிட முடியுமென்றாலும் கொஞ்சம் ஜாக்கிரதையாகவே விளையாட விரும்பியது. முதலீட்டார்கள் சந்திப்புகளுக்கும், மாநாடுகளுக்கும் தொடர்ச்சியாக ஏற்பாடு செய்யப்பட்டது. இந்த கட்டத்தில் இரிடியம் என்கிற பெயரும் வைக்கப்பட்டது. இரிடியம் தனிமத்தில் *77* எலெக்டிரான்களும் ப்ரோட்டான்களும் இருப்பதைப்போல இந்த திட்டத்திலும் *77* செயற்கைக்கோள்கள் இருப்பதால் அடையாளப் பெயராக இரிடியம் தேர்வு செய்யப்பட்டது.

முதலீட்டு செயல்பாடுகளை மேலும் விரைவுப் படுத்தும் விதமாக *1990,* ஜூன் *26* அன்று இரிடியம் திட்டம் வெளியுலகத்திற்கு அறிவிக்கப்பட்டது. இந்த திட்டம் குறித்து செய்தியாளர்களிடம் பேசும்போது மிட்சல் குறிப்பிட்ட முக்கிய வாசகங்களில் ஒன்று "உலகம் ஒரு கிராமமாக மாறிவிடும்". இந்த சந்திப்பிற்கு அடுத்து வந்த இணையத் தொழில் நுட்பமும் இதே வாக்கியத்தை பயன்படுத்தியது என்பதை இங்கே கருத்தில்கொள்ளவேண்டும். இதைத் தொடர்ந்து வந்த நாட்களில் இரிடியம் திட்டம் தொடர்பாக லேப்போல்ட் நூற்றுக்கான செயல் விளக்கங்களை கொடுக்கவேண்டியிருந்தது.

அமெரிக்காவின் மற்ற தொலைத் தொடர்பு நிறுவனங்கள் சுதாரித்துக்கொண்டு இரிடியம் குறித்து அதிகம் கவனிக்கத் தொடங்கின. இந்த திட்டம் செயல்படுத்தப்பட்டால் உலகின் ஒட்டுமொத்த

செல்போன் மார்கெட்டும் மோட்டோரோலாவின் கைகளுக்குள் சென்றுவிடும் என்பதை அனுமானிக்க அவைகளுக்கு அதிக நேரம் பிடிக்கவில்லை. பிறகு என்ன குட்டையை குழப்பும் காரியங்களை கையிலெடுக்கத் தொடங்கின. இதில் அமெரிக்க நிறுவனங்களை விட முன்னணியில் நின்ற நிறுவனம் பிரிட்டனை சேர்ந்த இன்மர்சாட் *(Inmarsat)*.

இரிடியம் செயல் விளக்கங்களுக்காக ஐரோப்பாவிற்கு வரும் லேப்போல்ட்டுடன் சாதகமாக நடந்துகொண்டாலும் திரை மறைவில் அனைத்து விதமான தடங்கள்களையும் ஏற்படுத்திக்கொண்டிருந்தது இன்மர்சாட். முதலீட்டாளர்கள் சந்திப்புக்களில் வாய் பிலக்கும் முதலீட்டாளர்கள், சந்திப்பிற்கு பிறகு முதலீடு தொடர்பாக பதிலேதும் கூறாமல் காணாமல் போய்விடுவது தொடர்ச்சியாக நடந்துகொண்டிருந்தது. அனைத்தும் ஒரு சில போட்டி நிறுவனங்களின் உள்ளடி வேலைகளின் காரணமாக. இதை எதிர்கொள்ள மோட்டோரோலாவும் அதன் பங்கிற்கு கார்பரேட் உள்ளடி வேலைகளை கையிலெடுத்தது.

உலகம் முழுவதிலும் சுமார் 150 நாடுகளில் மோட்டோரோலா நிறுவனம் செயல்பட்டுக்கொண்டிருந்தது. தங்களுடைய அலுவலகங்களின் வழி அந்த நாடுகள் அனைத்திலும் இரிடியம் திட்டத்திற்கான ஆதரவை தேடும் வேலைகளில் இறங்கியது. அதாகப்பட்டது அந்த நாடுகளின் அரசாங்கங்களில் தங்களுடைய லாபியிஸ்டுகளை களமிறக்கியது.

போட்டியின் அடுத்தக் கட்டமாக மற்றத் தொலைத் தொடர்பு நிறுவனங்களும் இரிடியம் போன்ற திட்டங்களை அறிவிக்கத் தொடங்கின. அனைத்தும் இரிடியத்தினுடைய தொழில் நுட்பத்தை அப்படியே நகலெடுத்து உருவாக்கப்பட்டவை.

இன்மர்சாட், ப்ரோஜக்ட் *21 (Project 21)* திட்டத்தை அறிவித்தது. பத்து செயற்க்கைக்கோள்களை மீடியம் எர்த் ஆர்பிட்டில் பூமியை சுற்றவிடும் திட்டம் இது. பின்னர் *ICO Global Telecommunications* என்று பெயர் மாற்றப்பட்டது.

க்ளோபல்ஸ்டார் *(Globalstar)*, ஸ்பேஸ் சிஸ்டம்ஸ் நிறுவனத்தின் திட்டம். இது *48* செயற்க்கைக்கோள்களை லோ எர்த் ஆர்பிட்டில் பூமியை சுற்றி பறக்கவிட இருந்த திட்டம்.

*TRW* நிறுவனம் ஒடிசி *(Odyssey)* திட்டத்தை அறிவித்தது. மீடியம் எர்த் ஆர்பிட்டில், *12* செயற்க்கைக்கோள்களை பறக்கவிடும் திட்டம்.

போயிங், மேலும் மூன்று கூட்டாளிகளுடன் இணைந்து அறித்த திட்டம் எலிப்சோ *(Ellipso).* ஹை ஹெலிப்டிங்கள் ஆர்மிட்டில் *24* செயற்க்கைக்கோள்களை பூமியை சுற்றவிடும் திட்டம்.

*GONETS* திட்டம், இரிடியம் திட்டத்திற்கு பதிலடியாக ரஷ்ய தொலைத் தொடர்பு நிறுவனங்கள் அறிவித்த திட்டம். இது *36* செயற்க்கைக்கோள்களை உள்ளடக்கிய திட்டம்.

*Skycell* திட்டம், *AMSC* நிறுவத்தினுடையது. இது ஒரே ஒரு செயற்க்கைக்கோளை ஜியோ எர்த் ஆர்பிட்டில் பூமியை சுற்றி பறக்கவிடும் திட்டம்.

போட்டி தொலைத் தொடர்பு நிறுவனங்கள் அறிவித்த எந்த ஒரு திட்டமும் இரிடியத்தின் பிரம்மாண்டத்திற்கு அருகில் கூட வர முடியாதிருந்ததை கண் கூடாக காண முடியும். மேலும் போட்டியாளர்களின் திட்டங்கள் அனைத்தும் பென்ட்-பைப் தொழில் நுட்பத்தையே *("bent-pipe" technology)* பயன்படுத்தக் கூடியவையாக இருந்தன. அதாகப்பட்டது வாடிக்கையாளரின் செல்போனிலிருந்து பெரும் சிக்னல்களை இந்த திட்டங்களிலிருக்கும் செயற்க்கைகோள்கள் மீண்டும் அவற்றை பூமியில் அங்காங்கே இருக்கும் தரைத் தள கட்டுப்பாட்டு அறைக்கே திருப்பிவிடும். தரைத் தளக் கட்டுப்பாட்டு அறைகள் பெற்ற சிக்னல்களை செல்போன் டவர்களின் வழி மற்றொரு வாடிக்கையாளருடைய செல்போனுக்கு அனுப்பி வைக்கும்.

இரிடியத்தின் *77* செயற்க்கைக்கோள்களும் இப்படியான தலையை சுற்றி மூக்கைத் தொடும் காரியங்களில் ஈடுபடக் கூடியவை கிடையாது. பூமியின் ஓரிடத்திலிருந்து செல்போன் சிக்னலை பெறும் ஒரு இரிடியம் செயற்க்கைக்கோள் அந்த சிக்னல் பூமியின் எந்த பகுதிக்கு செல்லவேண்டுமோ அந்த பகுதிக்கு நேர் மேலாக கடந்துகொண்டிருக்கும் தன்னுடைய சக இரிடியம் செயற்க்கைக்கோளுக்கு நேரடியாக அனுப்பிவிடும். சிக்னலை பெறும் மற்றொரு செயற்க்கைக்கோள்கள் அந்த சிக்னல் யாருடைய செல்போனுக்கு செல்லவேண்டுமோ அவருடைய செல்போனுக்கு நேரடியாக அனுப்பிவிடும்.

போட்டியாளர்களை கதறவிட்டது இரிடியம் செயற்க்கைக்கோள்களின் இந்த செயல்பாடுதான். இரிடியத்திற்கு எதிராக போட்டி திட்டங்களை களத்தில் இறக்கினாலும் அதன் தொழில் நுட்ப வீச்சை நன்றாக அறிந்திருந்த போட்டியாளர்கள் அதை தடுத்து நிறுத்துவதற்கான மற்றொரு பெரிய வாய்ப்பு காத்துக்கொண்டிருப்பதையும் அறிந்திருந்தார்கள். அது வேர்ல்ட் அட்மினிஸ்டிரேட்டிவ் ரேடியோ கான்பரன்ஸ் *(World Administrative Radio Conference - WARC).*

உலகம் முழுவதிலும் இருக்கும் தொலைத் தொடர்பு நிறுவனங்களுக்கான ரோடியோ அலைக்கற்றைகளை ஒதுக்கும் சர்வதேச அமைப்பு *WARC.* நூற்றுக்கும் மேற்பட்ட நாடுகளை சேர்ந்த பிரதிநிதிகள் இதன் உறுப்பினர்கள். இரிடியம் செயற்க்கைக்கோள்கள் இயங்குவதற்கு தேவையான அலைக்கற்றைகளை இந்த அமைப்புத்தான் ஒதுக்கவேண்டும். இது மறுத்துவிட்டால் இரிடியம் திட்டம் குப்பைத் தொட்டிக்குத்தான் போகவேண்டும். இந்த அமைப்பில் ஐரோப்பாவை சேர்ந்த நாடுகளுடைய பிரதிநிதிகளின் கைகளே ஓங்கியிருப்பது வழக்கம். அதிலும் முக்கியமாக இங்கிலாந்தின் கை. அந்த வகையில் இங்கிலாந்தை சேர்ந்த இன்மார்சாட்டின் செல்வாக்கு இந்த அமைப்பில் பலமாகவே செயல்பட்டுக்கொண்டிருந்தது.

நிறுவனங்களுக்கு தேவையான அலைக்கற்றைகளை ஒதுக்கும் *WARC* மாநாடு *1992*-ல் நடைப்பெற இருந்தது. இரிடியத்திற்கு எதிராக *WARC* மாநாட்டில்எழயிருக்கும்எதிர்ப்புக்களைநீர்த்துப்போகசெய்வதற்கான அனைத்து விதமான காய் நகர்த்தல்களையும் முன்பே செய்யத் தொடங்கியது மோட்டோரோலா. அதன் முதல் படியாக இரிடியத்தை தனியான நிறுவனமாக பதிவு செய்தது. பாப் கென்சியை *(Bob Kinzie)* இரிடியம் நிறுவனத்தின் சி.ஈ.ஓ-வாகவும், ஜெர்ரி ஆடம்ஸ்சை *(Jerry Adams)* நிறுவனத்தின் பிரெசிடெண்டாகவும் நியமித்தது.

இந்த இருவரின் முதல் கட்ட இலக்கு, *3.6* பில்லியன் டாலர்களை இரிடியம் நிறுவனத்திற்கு கொண்டுவருவது. இதற்காக ஐரோப்பிய தொலைத் தொடர்பு நிறுவனங்களுடைய பணம் படைத்த வாடிக்கையாளர்களை தங்கள் பக்கம் இழுக்கும் வேலையை தொடங்கினார்கள். முதலில் குறிவைக்கப்பட்டது இன்மர்சாட் நிறுவனம். அதன் வாடிக்கையாளர்களை இரிடியம் பக்கம் இழுக்கும் காரியங்கள் தொடங்கின.

கூடவே ஐரோப்பா முழுவதும் இரிடியம் தொடர்பான செயல் விளக்க நிகழச்சிகளுக்கு ஏற்பாடு செய்யப்பட்டது. இந்த நாட்களில் லேப்போல்டும், கென்சியும், ஆடம்சும் அமெரிக்காவிற்கும், ஐரோப்பிய நாடுகளுக்குமாக மாறி மாறி பறந்துகொண்டிருந்தார்கள். ஐரோப்பிய தொலைத் தொடர்பு நிறுவனங்கள் பழைய பஞ்சாங்க தொழில் முறைகளில் ஊறிக்கிடந்த காரணத்தால் இரிடியம் நிறுவனத்திற்கு செல்லும் இடங்களிலெல்லாம் கதவடைப்புகளே தொடர்ந்துகொண்டிருந்தது.

தன்னுடைய வாடிக்கையாளர்களை களவாட இரிடியம் களமிறங்கியிருப்பதை எதிர்கொள்ள இன்மார்சாட்டும் அதன் பங்கிற்கு எதிர்வினையாற்றியது. அதன் பலமும் துருப்பு சீட்டும் WARC அமைப்பு என்பதால் அதை அடிப்படையாக வைத்தே இரிடியத்தை எதிர்க்க நினைத்தது இன்மார்சாட். எதிர்வரும் WARC மாநாட்டில் நிச்சயம் இரிடியத்திற்கு அனுமதி கிடைக்காது என்று கிளப்பிவிட்டது. அந்த எதிர்வினை சிறப்பாகவே வேலை செய்தது.

WARC அமைப்பின் அலைக்கற்றை அனுமதி கையில் இல்லாமல் புதிய முதலீட்டாளர்களை இரிடியத்திற்கு கொண்டுவருவது நடக்காத காரியம் என்பதை இரிடியம் நிறுவனம் மெல்ல மெல்ல உணரத் தொடங்கியது. எண்ணிக்கை நூறைத் தாண்டி ஐரோப்பாவில் நடந்துகொண்டிருந்த இரடிய செயல் விளக்க நிகழ்ச்சிகள் அனைத்தையும் ஒட்டுமொத்தமாக நிறுத்திவிட்டு WARC மாநாட்டில் இரிடியத்திற்கான அலைக்கற்றை அனுமதியை உறுதி செய்வதற்கான திட்டங்களில் இறங்கியது இரிடியம் நிறுவனம்.

இரிடியத்தின் தலைவிதியை தீர்மானிக்கயிருந்த அந்த 1992-ம் வருடத்திய WARC மாநாடும் வந்து சேர்ந்தது.

இரிடியத்திற்கு அனுமதி கிடைத்ததா இல்லையா?

பார்ப்போம்.

# ராக்கெட் உற்பத்தியும் சித்திரவதை முகாம்களும்

***நள்ளிரவு 1:10***
***ஆகஸ்ட் 18, 1943***
***பெனமூண்ட் ராக்கெட் உற்பத்தி தொழிற்சாலை***
***ஜெர்மனி***

தூக்கத்திலிருந்த மேஜர் ஜெனரல் டோன்பெர்கர் தூக்கிவாறிப்போட்டு எழுந்து உட்கார்ந்தார். வெளியே விமானங்களை தாக்கி அழிக்கும் பீரங்கிகள் *(anti-aircraft artillery)* தொடர்ச்சியாக இயங்கி அதிர்வுகளை ஏற்படுத்திக்கொண்டிருந்தது. அவர் சுதாரித்துக்கொண்டு கட்டிலில் இருந்து எழுவதற்குள் அவர் தங்கியிருந்த கட்டிடத்தின் ஒரு பகுதியின் மீது வானிலிருந்து பறந்து வந்த ஒரு வெடிகுண்டு விழுந்து வெடித்து சிதறியது. அந்த ஒட்டுமொத்த கட்டிடமும் கண்ணிமைக்கும் நேரத்தில் ஆட்டம் கண்டது.

இராணுவ உடையை அணிந்துகொள்வதற்கெல்லாம் அங்கே நேரமிருக்கவில்லை. இரவு உடையுடனேயே தட்டுத் தடுமாறியபடி அந்த கட்டிடத்தை விட்டு வெளியே ஓடி வந்தார் டோன்பெர்கர். அந்த வளாகத்தின் ஒரு பகுதி சின்னாமின்னமாகி அதிலிருந்து கரும் புகையும் புழுதி புகையும் வந்துகொண்டிருந்தது. தலைக்கு மேலே இங்கிலாந்து வான்படையின் *(Royal Air Force)* விமானங்கள் பெருத்த ஓசையுடன் சர்சர்ரென்று ஒன்றின் பின் ஒன்றாக அலை அலையாக பறந்து அந்த பகுதியை கடந்துகொண்டிருந்தன.

தாக்குதலுக்குள்ளான அந்த இடம், படு இரகசியமாக செயல்பட்டுக்கொண்டிருந்த பெனமூண்ட் ராக்கெட் உற்பத்தி தொழற்சாலை. பெரும்பான்மையான ஜெர்மனியர்களுக்குமே கூட அப்போது பெனமூண்டில் என்ன நடந்துகொண்டிருந்தது என்பது தெரியாது. அவர்களைப் பொறுத்தவரை பெனமூண்ட்

என்பது ஜெர்மனியின் வடக்குப் பகுதியில் பால்டிக் கடலை பார்த்தபடி இருக்கும் ஒரு கடற்கரை நகரம் என்பது மட்டுமே. அதே சமயத்தில் பெனமூண்டில் நாசிகள் பேரழிவு ஆயுதங்களில் ஒன்றான ஏவுகனைகளையும் தயாரித்துக்கொண்டிருக்கிறார்கள், அதை எப்போது வேண்டுமானாலும் எதிரிகளின் மீது பயன்படுத்துவார்கள் என்கிற அரசல் புரசலான பேச்சும் விவரம் தெரிந்தவர்களின் மத்தியில் உளவிக்கொண்டிருந்தது.

இரண்டாம் உலகப் போர் தொடங்குவதற்கு முன்பே இந்த சங்கதி உளவு நிறுவனங்களின் வழி இங்கிலாந்தின் காதுகளுக்கும் சென்றது. அந்த காலக்கட்டத்தில் ராக்கெட் தொழில் நுட்பம் என்பது பகல் கனவு காண்பவர்களின் வெற்றுப் பேச்சு என்கிற அளவிலேயே பார்க்கப்பட்டது. ஏன் ஹிட்லருமே கூட 1930-களில் தன்னை சந்தித்து ராக்கெட் தொழல் நுட்பம் குறித்து பேசிய மேக்ஸ் வேலியரை கனவு காண்பவர் *(dreamer)* என்றே கிண்டல் செய்திருந்தார்.

அறிவியல் புனைக் கதை எழுத்தாளர்களின் *(sci-fi writers)* மிகைப்படுத்தப்பட்ட கற்பனைகள், விண்கலங்களும் *(spacecraft)* விண்வெளி பயணங்களும் என்பது அன்றைய வளர்ந்த நாடுகளின் பெரும்பாண்மை எண்ணமாக இருந்தது. அக்காடமிக் நிறுவனங்களின் கண் கட்டு வட்டத்தை தாண்டி தமிழிர்களின் தொல் பழங்கால வரலாற்றை குறித்து எழுதுபவர்களின் எழுத்துக்கள் அனைத்தையும் மிகைப்படுத்தப்பட்ட புனைவுகள் என்று எப்படி இன்றைய “சோ-கால்ட்” ஆய்வாளர்கள் முத்திரைக் குத்துகிறார்களோ அதேப்போலத்தான் அன்றைய எழுத்தாளர்களின் எழுத்துக்களுக்கும் நடந்தது.

விண்வெளி தொழில் நுட்பம் குறித்து எழுதும் அல்லது வெகுமக்களிடையே பேசும் யாராக இருந்தாலும் அவர்களுக்கு, பைசாவிற்கு பிரையோஜனமற்ற பகல் கனவுகளைக் காணக் கூடியவர்கள் என்கிற முத்திரை குத்தப்பட்டது. விண்வெளி தொழில் நுட்பத்தின் தலைவிதி இருபதாம் நூற்றாண்டின் தொடக்கத்தில் இப்படியானதாகத்தான் இருந்தது.

ஜூல்ஸ் வெர்ன் மற்றும் வெல்ஸ் போன்றவர்களுடைய விண்வெளி தொடர்பான புனைவு கதைகளுக்கு முதன் முதலாக அறிவியல் அடிப்படையை கொடுத்து விண்வெளி தொழில் நுட்பம் சாத்தியமாகக் கூடிய ஒன்றுதான் என்பதை நிறுவியவர்

ரஷ்யாவை சேர்ந்த கோன்ஸ்டான்டின் டிஸ்லோகோவெஸ்கி *(Konstantin Tsiolkovskii).* ராக்கெட் தொழில் நுட்பம் இன்றைக்கும் பயன்படுத்திக்கொண்டிருக்கும் பல அடிப்படை அறிவியல் கோட்பாடுகளையும், நுட்பங்களையும் தன்னுடைய எழுத்துக்களில் முன்வைத்தவர் கோன்ஸ்டான்டின்.

மேற்கு ரஷ்யாவின் கிராமங்களில் ஒன்றான கலுகாவில் *(Kaluga)* பள்ளி ஆசிரியராக பணி செய்துக்கொண்டே கோன்ஸ்டான்டின், நவீன ராக்கெட் தொழில் நுட்பம் தொடர்பாக பல கோட்பாடுகளை தன்னுடைய எழுத்துக்களில் முன் வைத்துக்கொண்டிருந்தார். ஆனால் கண்டுக்கொள்வார்தான் யாரும் இல்லை. தொடக்கத்தில் ஜூல்ஸ் வெர்னைப் போலவே அறிவியல் புனைவு கதைகளை எழுத தொடங்கிய கோன்ஸ்டான்டின் இறுதியில் விண்வெளி பயணத்தை சாத்தியப்படுத்தக் கூடிய ராக்கெட் இயங்கு முறை குறித்த அறிவியல் கோட்பாடுகளை தன்னுடைய எழுத்துக்களில் முன் வைக்கத் தொடங்கினார்.

தன்னுடைய ஆய்வுகளின் வழி ராக்கெட்டை பூமியின் புவியீர்ப்பு விசையிலிருந்து விடுவிக்க கூடிய வேகத்தின் அளவை கணக்கிட்டு வெளிப்படுத்தினார். நாம் முன்பே பார்த்த எஸ்கேப் வெலாசிட்டியான அதே ஒரு நொடிக்கு 7 மைல்கள் *(7 miles/sec)* என்கிற வேகம். மேலும் எந்த ஒரு உயிரினமும் ஒரு நொடிக்கு 60 மீட்டர்கள் *(60 m/sec)* என்கிற உந்து விசை வரையே உயிருடன் இருக்க முடியும் என்பதையும் தன்னுடைய ஆய்வுகளின் முடிவில் கண்டறிந்து எழுதினார். இதை ஜி-போர்ஸ் *(g-force)* என்பார்கள்.

மனிதர் இத்துடன் நிற்கவில்லை. ஆக்சிடைசருடன் கூடிய திரவ எரிப்பொருளே ராக்கெட்களின் செயல் திறனை அதிகப்படுத்தக் கூடியதாக இருக்கும் என்பதையும் தன்னுடைய எழுத்துக்களில் வலியுறுத்தினார். திரவ எரிபொருட்களாக, திரவ நைட்ரஜனையும், திரவ ஆக்சிசனையும் பரிந்துரைத்தார். இருபதாம் நூற்றாண்டின் தொடக்கத்தில் *(அதாவது 1900-களில்)* திரவ நைட்ரஜனையும், ஆக்சிசனையும் பெருமளவில் தயாரிப்பதற்கான தொழில்நுட்பங்கள் கூட இல்லையென்பதை இங்கே கவனத்தில் கொள்ளவேண்டும்.

இந்த இரு எரிபொருளையும் சுமந்துகொண்டு விண்வெளியில் பறக்கவேண்டுமானால் ராக்கெட்கள் பல உள்ளடுக்குகளை கொண்டதாக *(multi stages)* வடிவமைக்கப்பட வேண்டும் என்பதையும்

பாகங்கள் போட்டு விளக்கினார். மேலும் ராக்கெட்டின் எக்ஸ்ஹாஸ்ட் நாசிலை *(exhaust nozzle)* திருப்புவதன் மூலம் விண்வெளியில் பறந்துகொண்டிருக்கும் ராக்கெட்டின் திசையை மாற்ற முடியும் என்பதையும் தெளிவுப்படுத்தினார். நூறு வருடங்களுக்கு முன்பு கோன்ஸ்டான்டின் முன் வைத்த இதே தொழில் நுட்பங்களைத்தான் எத்தகைய பெரிய மாற்றங்களும் இல்லாமல் இன்றைக்கும் விண்வெளிக்கு அனுப்பப்படும் ராக்கெட்கள் பயன்படுத்துகின்றன.

கோன்ஸ்டான்டின், தான் வடிவமைத்த ராக்கெட் என்ஜின்களுடன்

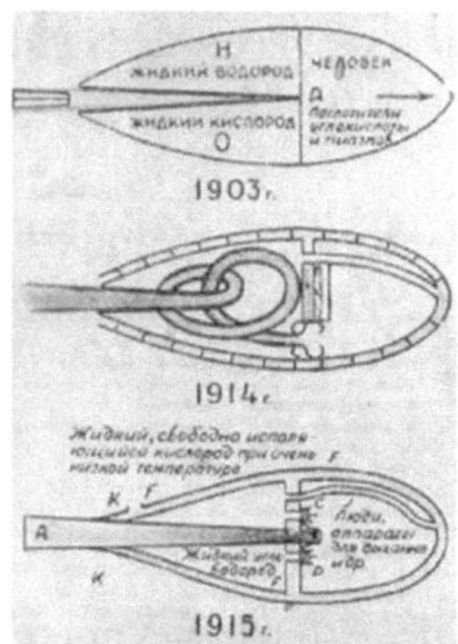


கோன்ஸ்டான்டின் தன்னுடைய புத்தகத்தில் விளக்கியிருக்கும் ராக்கெட் என்ஜின் வரைப்படங்கள்

தன்னுடைய ராக்கெட் தொழில் நுட்பம் குறித்த ஆய்வுகளை தொகுத்து *1911*-ல், இன்வஸ்டிகேஷன் ஆப் அவுட்டர் ஸ்பேஸ் பை ராக்கெட் டிவைசஸ் *(Investigations of Outer Space by Rocket Devices)* என்கிற புத்தகமாக அவர் வெளியிட்டார். சீந்துவாரில்லை. இதை தொடர்ந்து *1914*-ல் எய்ம்ஸ் ஆப் அஸ்டிரானட்ஸ் *(Aims of Astronauts)* என்கிற புத்தகத்தை வெளியிட்டார். இதையும் சீந்துவாரில்லை. இது உலக நியதிதானே. வாழும்போது மதிக்காத சமூகம் குழிக்குள் போன பின்னர் வருடம் தோறும் சமாதிகளுக்கு மரியாதை செய்வது காலம் காலமாக கடைப்பிடிக்கப்படும் வழக்கம்தானே. அதற்கு கோன்ஸ்டான்டினும் விதிவிலக்கில்லை.

சிறு வயதிலேயே கேட்கும் திறனையும் இழந்துவிட்ட கோன்ஸ்டான்டின் தனக்கான அங்கிகாரங்களை குறித்தெல்லாம் பெரிதாக அலட்டிக்கொள்ளாமல் தன்னுடைய பெரும் காதலான ராக்கெட் தொழில் நுட்பத்தில் மேலும் மேலும் ஆய்வுகளை

தொடர்ந்துகொண்டிருந்தார். ரைட் சகோதரர்களுக்கெல்லாம் முன்பே அதாவது *1894*-லேயே விமானம் ஒன்றையும் வடிவமைத்திருந்தார்.

ரஷ்ய புரட்சிக்கு பிறகே *(1917)* கோன்ஸ்டான்டினுடைய ராக்கெட் தொழில் நுட்பம் தொடர்பான எழுத்துக்கள் பரவலான கவனம் பெறத்தொடங்கியது. ஜெர்மானிய ராக்கெட் தொழில் நுட்பத்தின் தந்தையாக மதிக்கப்படும் முன்பே நாம் பார்த்த ஹேர்மன் ஹோபர்த், கோன்ஸ்டான்டினுடைய ராக்கெட் தொழில் நுட்ப புத்தகங்களை அடிப்படையாக கொண்டே தன்னுடைய திரவ எரிபொருள் ராக்கெட் என்ஜின் கோட்பாட்டை முன் வைத்தார்.

இதே காலக்கட்டத்தில் *(அதாவது 1910-களில்)* அமெரிக்காவில் ரோபர்ட் கோடார்ட் *(Robert Goddard)* ராக்கெட் தொழில் நுட்ப ஆய்வுகளை மேற்கொண்டிருந்தார். அவருடைய ஆய்வுகளும் ராக்கெட் தொழில் நுட்பம் குறித்த பெரும் நம்பிக்கை கொடுப்பதாக இல்லாத காரணத்தால் இருபதாம் நூற்றாண்டின் தொடக்கத்தில் ராக்கெட் தொழில் நுட்பம் என்பது நகைப்புக்குரிய விசயமாக இருந்தது. அதிலும் ராக்கெட்களை தொழிற்சாலை அமைத்து உற்பத்தி செய்கிறார்கள், அவற்றைக்கொண்டு பேரழிவு தாக்குதல்களை நிகழ்த்தயிருக்கிறார்கள் என்று கூறினால் யார்தான் நம்புவார்கள்.

நாசிகளின் பெனமூண்ட் ராக்கெட் தொழிற்சாலை குறித்து தனக்கு கிடைத்த உளவுத்தகவலை முதலில் இப்படித்தான் எடுத்துக்கொண்டது இங்கிலாந்து. வெகுசன ஜெர்மானியர்களை மூளை சலவை செய்ய நாசிகள் செய்யும் பிரச்சார கட்டுக் கதைகளில் இதுவும் ஒன்று என்கிற அளவிலேயே தங்களை சமாதானப்படுத்திக்கொண்டது. நாசிகளை குறித்து ஐரோப்பிய நாடுகள் போட்ட தப்புக் கணக்குகளில் இதுவும் ஒன்று. ஆனால் நாசிகள் பெனமூண்ட் ராக்கெட் தொழிற்சாலை குறித்து வெளிப்படையாக பேசியதில்லை. தங்களுடைய பிரச்சாரங்களில் அதிசய ஆயுதங்கள் *(wonder weapons)* என்று மொட்டையாக மாத்திரமே பேசி வந்தார்கள்.

ராக்கெட் என்கிற தொழில் நுட்பமே சாத்தியமில்லாத ஒன்று என்கிற நிலையில் அதை தொழிற்சாலை வைத்து தயாரிக்கிறார்கள் என்றால் யார்தான் நம்புவார்கள். ஆனால் உண்மை வேறு விதமாக இருந்தது. நாசிகள் ஆட்சிக்கு வருவதற்கு முன்பே ஜெர்மனியின் பீரங்கிப்படை, வான் ப்ரான் உதவியுடன் ராக்கெட் தொழில் நுட்பத்தை நிதர்சன உண்மையாக்கிவிட்டிருந்தது. இதற்கு முன்பு வான் ப்ரான் உருவாக்கிய

*A-2* திரவ எரிபொருள் ராக்கெட் என்ஜினை பார்த்தோம். ராக்கெட் தொழில் நுட்பம் கைக்கெட்ட கூடிய தொலைவில்தான் இருக்கிறது என்பதை உணர்ந்துகொண்ட பீரங்கிப்படை அதை பெரியளவில் தயாரிக்க முடிவு செய்தது. தொழிற்சாலை அமைப்பதற்கான பொறுப்பு வான் ப்ரானிடம் கொடுக்கப்பட்டது.

இந்த ஆண்டுகளில் நாசிகள் ஆட்சிக்கு வந்துவிட்டிருந்தார்கள். ராக்கெட் தொழிற்சாலை அமைப்பதற்கான புதிய இடத்தை கண்டறியும் பொறுப்புடன் *1935*-ம் வருடத்திய கிருஸ்மஸ் விடுமுறையை கழிக்க குடும்ப பண்ணைக்கு சென்றிருந்த வான் ப்ரானுக்கு பெனமூண்ட் பகுதியை குறித்து அறிமுகப்படுத்தியது அவருடைய தாயார். ஜெர்மனியின் வடக்கே பால்டிக் கடல் பகுதியில் அமைந்திருக்கும் ஊஸ்டம் *(Usedom)* தீவில் இருப்பது பெனமூண்ட். மனித நடமாட்டம் அதிகம் இல்லாத பகுதி.

ராக்கெட் தொழிற்சாலையை பொதுமக்களின் கண்களில் படாமல் இரகசியமாக வைத்துக்கொள்ள ஏற்றயிடமாக இருந்தது பெனமூண்ட். அதே சமயத்தில் தயாரிக்கும் ராக்கெட்களை யாருக்கும் தெரியாமல் சோதனை செய்து பார்ப்பதற்கும் வசதியான இடமாக இருந்தது. வான் ப்ரானுக்கு பெனமூண்ட் நிலப்பகுதி திருப்தியை தர மேலிடத்திற்கு அது குறித்த ரிப்போர்ட்டை அனுப்பினார். பீரங்கிப்படை உடனடியாக வேலையில் இறங்கியது. ஜனவரி, *1936* பெனமூண்டிற்கான திட்ட அறிக்கை மேலிடத்திற்கு அனுப்பிவைக்கப்பட்டது.

அந்த வருடமே அதற்கு அனுமதியும் நிதியும் அளிக்கப்பட பெனமூண்டின் கிழக்கிலும் மேற்கிலும் தொழிற்சாலையை அமைக்கும் பணிகள் தொடங்கியது. கட்டப்பட்டு வந்த பெனமூண்ட் ஆர்மி ரிசர்ச் சென்டரின் *(Peenemunde Army Research Center)* தலைமை தொழில் நுட்ப இயக்குனராக *(Technical Director)* வான் ப்ரான் நியமிக்கப்பட்டார். பல கிலோ மீட்டர்களுக்கு பறந்து விரிந்த அளவில் ராக்கெட் உற்பத்தி தொழிற்சாலை கட்டிடங்களையும், இரயில் நிலையங்களையும், ஓடுதளத்துடன் கூடிய சிறிய அளவிலான விமான நிலையத்தையும், பள்ளிக் கூடத்தையும், ராக்கெட் உற்பத்தியில் ஈடுபடும் பணியாளர்கள், என்ஜினியர்கள் மற்றும் விஞ்ஞானிகளின் குடும்பங்கள் வசிப்பதற்கான குவாடர்ஸ்களையும் உள்ளடக்கிய பிரம்மாண்டமான தொழிற்சாலை நகரமாக ஒரு வருடத்திற்குள்ளாக கட்டி முடிக்கப்பட்டது.

வான் ப்ரானுடைய குழு உருவாக்கும் ராக்கெட்களை சோதனை செய்து பார்ப்பதற்கான ஏவுதளமும் அமைக்கப்பட்டது. நாசிகள் அவர்களை அறியாமலேயே உலகின் முதல் விண்வெளி நிலையத்தை பெனமூண்டில் உருவாக்கியிருந்தார்கள். இன்றைக்கு பெனமூண்ட் "விண்வெளி பயணத்தின் தொட்டில் *(Cradle of Spaceflight)*" என்று சிறப்பிக்கப்படுகிறது. நாசிகள் பெனமூண்ட் ராக்கெட் தொழிற்சாலையை வேக வேகமாக உருவாக்குவதற்கான மற்றொரு காரணமும் இருந்தது. அது நாம் மேலேப் பார்த்த அமெரிக்க விண்வெளி அறிஞ்ஞரான ராபர்ட் கோடார்ட். அவர் சிம்மத்சோனியன் பல்கலைக்கழகத்தின் உதவியுடன் *1936*-ல் தன்னுடைய ராக்கெட் தொழில் நுட்பம் தொடர்பாக அறிக்கை ஒன்றை வெளியிட்டிருந்தார். அதில் அவருடைய திரவ எரிபொருள் ராக்கெட் என்ஜின் குறித்த செயல் விளக்கங்கள் இருந்தன.

வான் ப்ரான் உருவாக்கிய *A-2* மற்றும் *A-4* வரிசை திரவ எரிபொருள் ராக்கெட் என்ஜின்களின் செயல் திறனுக்கு முன்னால் ராபர்ட் கோடார்டினுடைய என்ஜின் சிறுபிள்ளை விளையாட்டுதான் என்றாலும் அமெரிக்கர்கள் ராக்கெட் தொழில் நுட்பத்தில் தங்களை முந்தி சென்றுவிடுவார்களோ என்கிற தேவையில்லாத பதற்றம் நாசிகளை பிடித்துக்கொண்டது. பெனமூண்ட் ராக்கெட் தொழிற்சாலை அவசர அவசராமக உருவாகி நின்றது.

*(உங்கள் செல்போனில் இருக்கும் QR code reader app மூலம் இந்த QR code-யை ஸ்கேன் செய்து பெனமூண்ட் தொடர்பான யூ-டியூப் வீடியோவை காணலாம்)*

பெனமூண்ட் தொழிற்சாலை இயங்க தொடங்கியதும் அதில் *A-4* திரவ எரிபொருள் ராக்கெட் என்ஜின்கள் உற்பத்தி செய்யப்பட்டன. பூமியின் வளி மண்டலங்களை கடந்து விண்வெளிக்கு செல்லக் கூடிய செயல் திறன் படைத்த உலகின் முதல் ராக்கெட்டாக இருந்தது *A-4* மாத்திரமே. அந்த வகையில் கோன்ஸ்டான்டினுடைய கனவை அவருடைய காலத்திற்கு பிறகு நிறைவேற்றி காட்டியது வான் ப்ரானுடைய *A-4* ராக்கெட். இதுவே பின்னாட்களில் *V-2* என்று பெயர் சூட்டப்பட்டு நாம் முன்பு பார்த்த ஆன்ட்வெர்ப் நகர தாக்குதலில் ராக்கெட் குண்டாக

பயன்படுத்தப்பட்டது. பெனமூண்ட் தொழிற்சாலை கட்டிடங்களை கட்டுவதற்கும், ராக்கெட்டின் பாகங்களை ஒன்றிணைத்து ராக்கெட்டை தயாரிக்கும் அசம்பிளி லைனிலும் பல நூற்றுக் கணக்கான தொழிலாளர்கள் தேவைப்பட்டார்கள். இந்த தேவையை நிறைவேற்ற ஜெர்மனியின் பலப் பகுதிகளிலிருந்த சித்ரவதை முகாம்களிலிருந்து (concentration camps) கைதிகள் பெனமூண்டிற்கு கொண்டு வரப்பட்டார்கள். போதிய உணவும், பாதுகாப்புகளும் இல்லாமல் ராக்கெட் உற்பத்தியில் ஈடுபட்ட கைதிகள் பெனமூண்டிற்கு வந்த வேகத்தில் இறந்துபோவது வழக்கமான ஒன்றாக மாறியது.

பல சித்ரவதை முகாம்களிலிருந்து கைதிகளை கொண்டுவருவதை விட நேரடியாக பெனமூண்டிலேயே சித்ரவதை முகாமை உருவாக்கி ஜெர்மனியிலும், ஜெர்மனி இராணுவம் பிடித்து வைத்திருந்த நாடுகளிலும் கைதிகளாக பிடிக்கப்பட்ட (பெரும்பாலும் யூதர்கள்) மக்களை கொண்டுவருவது என்று முடிவு செய்து, பெனமூண்டிலேயே முதல் சித்ரவதை முகாம் அமைக்கப்பட்டது. தன்னுடைய ராக்கெட் என்ஜின் உற்பத்தியில் சித்ரவதை முகாம் கைதிகள் பயன்படுத்தப்படுவதும், பணியின்போதே அவர்கள் இறந்துபோவதும் வான் ப்ரானுக்கு நன்றாக தெரிந்தேயிருந்தது. இது தொடர்பாக எத்தகைய எதிர்ப்பையும் அவர் காட்டவேயில்லை. உண்மையில், ஆள் பற்றாக்குறை காரணமாக ராக்கெட் உற்பத்தியில் தொய்வுகள் ஏற்படும்போதெல்லாம் வான் ப்ரானே மேலிடத்திற்கு கடிதம் எழுதி அதிகளவிலான கைதிகளை தருவிக்கும்படி கேட்டிருக்கிறார்.

சித்ரவதை முகாம் கைதிகளை ராக்கெட் உற்பத்தியில் ஈடுபடுத்துவதன் மூலம் இரு நன்மைகள் பெனமூண்டிற்கு கிடைத்தது. ஒன்று அவர்களுக்கு சம்பளம் தரத் தேவையில்லை. அந்த வகையில் பெனமூண்டிற்கு அதிகளவிலான இலவச உழைப்பு கிடைத்தது. இரண்டாவது இறந்துபோகும் கைதிகளுக்கு மாற்றாக உடனடியாக அந்த இடத்தில் மற்ற கைதிகளை வைத்து நிரப்பிக்கொள்ளும் வசதி. தேவைப்படும் அடிமைகளை உடனுக்குடன் பெனமூண்ட் சித்ரவதை முகாம்களுக்கு கொண்டு வரும் பணி ஹிம்லரின் தலைமையில் செயல்பட்ட SS படையின் பொறுப்பிலிருந்தது.

தன்னுடைய ராக்கெட் உற்பத்தியில் சித்ரவதை முகாம் அடிமைகள் பயன்படுத்தப்படுவதை வான் ப்ரான் தடுக்காமல் இருந்ததற்கான முக்கிய காரணங்களில் ஒன்று அவரும் ஹிம்லருடைய SS படையின் உறுப்பினர்களில் ஒருவராக இருந்தது. மேலும் நாசிகளின் அதி

தீவிர அரசியல் கொள்கைகளில் அவருக்கும் உடன்பாடு இருந்தது. பெனமூண்ட் செயல்படத் தொடங்கியதிலிருந்து ஏறத்தாழ *5000*-லிருந்து *10,000* வரையிலான சித்ரவதை முகாம் அடிமைகள் ராக்கெட் உற்பத்தியில் ஈடுபட்டிருந்தார்கள். படுமோசம் என்று சொல்லக் கூடிய அளவிலேயே அவர்களுக்கான உணவு மற்றும் இருப்பிட வசதிகள் பெனமூண்டில் செய்து தரப்பட்டிருந்தது. தாக்குப்பிடிக்க முடியாமல் இறந்துபோகும் அடிமைகளை பெனமூண்ட் பகுதியிலேயே எறிப்பதும் புதைப்பதும் நடந்திருக்கிறது.

இரண்டாம் உலகப்போர் *1939*-ல் தொடங்கியப் பிறகு பெனமூண்ட் வதந்திகளை அசட்டை செய்ய விரும்பாத இங்கிலாந்து தன்னுடைய விமானப் படையை கொண்டு பெனமூண்ட் பகுதியை உளவுப் பார்த்து அது தொடர்பான புகைப்படங்களை திரட்டியது. பெனமூண்ட் பகுதியில் நாசிகள் சந்தேகத்திற்கு இடமான வகையில் எதையோ செய்துகொண்டிருக்கிறார்கள் என்கிற அளவில் தனக்கு கிடைத்த தகவலை உறுதி செய்துக்கொண்டது இங்கிலாந்து. அப்போதும் நாசிகள் பெனமூண்டில் ராக்கெட் உற்பத்தியில்தான் ஈடுபட்டிருக்கிறார்கள் என்பதை நம்ப இங்கிலாந்து தயாராக இல்லை.

இங்கிலாந்து உளவு விமானங்கள் எடுத்த பெனமூண்ட் ராக்கெட் தொழிற்சாலை புகைப்படங்கள்

நாம் இந்த அத்தியாயத்தின் தொடக்கத்தில் பார்த்த நள்ளிரவு வான்வழி தாக்குதலும் கூட ஜெர்மானிய படைகளுக்கான பதிலடிகளில் ஒன்றாகவே நிகழ்த்தப்பட்டது. இந்த தாக்குதலின்போது நூற்றுக் கணக்கில் கொல்லப்பட்டவர்கள் பெனமூண்ட் சித்ரவதை முகாம்களில் தங்க வைக்கப்பட்டிருந்த அடிமைகளே. பெனமூண்ட்

ராக்கெட் உற்பத்தி தொழிற்சாலை கட்டிடங்களையும், ராக்கெட் ஏவுதளத்தையும் விட்டுவிட்டு என்ஜினியர்களும் அவர்களுடைய குடும்பங்களும் தங்கியிருந்த குவாட்ரஸ் கட்டிடங்களையும் அலுவலக கட்டிடங்களையும் குறிவைத்தே வான் படையின் குண்டுகள் பெனமூண்டின் மீது பொழியப்பட்டது.

பல குண்டுகள் இலக்கை தவறவிட்டு சித்ரவதை முகாம்களில் தூங்கிக்கொண்டிருந்த அடிமைகளின் மீது விழுந்து வெடித்து சிதறியது. இரவு உடையுடன் அடித்துப் பிடித்து தன்னுடைய அறையை விட்டு வெளியே ஓடிவந்திருந்த பெனமூண்ட் தொழிற்சாலையின் தலைமை பொறுப்பிலிருந்த மேஜர் ஜெனரல் டோன்பெர்கர், தன் கண்களுக்கு எதிரே வெடித்து சிதறிக்கொண்டிருந்த சித்ரவதை முகாம்களை பார்த்தார். இரவு 2 மணி வரை இங்கிலாந்து விமானங்கள் பெனமூண்டிற்கு மேலே பறந்து குண்டுகளை வீசி விட்டு விலகி சென்றது.

வான்வழி தாக்குதல் முடிந்த பிறகு தன்னுடைய அறையிலிருந்து வெளியே வந்த வான் ப்ரான் அடித்துப் பிடித்துக்கொண்டு காப்பாற்ற ஓடியது அலுவலக கட்டிடங்களில் எறிந்துகொண்டிருந்த ராக்கெட் தயாரிப்பு தொடர்பான ஆவணங்களை.

இந்த தாக்குதலின்போது பெனமூண்டின் முக்கியமான ராக்கெட் தொழில் நுட்ப என்ஜினியர்களுக்கு எத்தகைய பாதிப்பும் ஏற்படவில்லையென்றாலும் நாசிகளுக்கு சொல்லிக்கொள்ளும்படியான இழப்பு ஒன்று நிகழ்ந்திருந்தது. அது வால்டர் தியல் *(Dr. Walter Thiel)*, அவருடைய குடும்பத்துடன் கொல்லப்பட்டது. வான் ப்ரானுக்கு அடுத்து மிக முக்கிய ராக்கெட் தொழில் நுட்ப வல்லுனராக கருதப்பட்டவர் தியல். பெனமூண்ட்டின் ரிசர்ச் & டெவலப்மெண்ட் யூனிட்டில் வான் ப்ரானுடைய டிப்பூட்டியாக நியமிக்கப்பட்டிருந்தவர்.

செயல் திறனில் நிலையில்லாமல் தடுமாறிக்கொண்டிருந்த வான் ப்ரானுடைய A-4 ராக்கெட் என்ஜினியில் பல தொழில் நுட்ப மாற்றங்களை கொண்டு வந்து அதன் செயல் திறனை நம்பகத்தன்மை கொண்டதாக உருமாற்றியவர். A-4 என்ஜினுக்கான திரவ எரிப்பொருளின் சரிவிகித கலவையை உருவாக்கியவரும் இவரே. ராக்கெட் விஞ்ஞானி என்கிற வகையிலும் கட்சிக்காரர் என்கிற வகையிலும் தியலின் இழப்பு நாசிகளுக்கு கடினமான இழப்பாகவே

அமைந்துபோனது. தியலும் நாசிகளின் தீவிர அரசியல் கொள்கைகளில் ஈடுபாடு கொண்டவர்.

பெனமூண்டின் சோதனை தளம் 7-ல், வால்டர் தியல் அவருடைய குழுவினருடன் அவர்களுக்கு பின்னால் இருப்பது *A-4* ராக்கெட்

பெனமூண்ட் தாக்குதலுக்குப் பிறகு அங்கே ராக்கெட் உற்பத்தியை தொடர்வது ஆபத்தானது என்று முடிவு செய்த பீரங்கிப் படையும் ஹிட்லரும் ராக்கெட் உற்பத்தியை அங்கிருந்து மேலும் இரகசியமான பாதுகாப்பான இடத்திற்கு மாற்றினார்கள். அது ஹார்ஸ் மலை *(Harz Mountains)*. ஜெர்மனியின் மத்தியப் பகுதியில் அமைந்திருக்கும் மலை.

அந்த மலையில் அமைந்திருந்த பழைய ஜிப்சம் சுரங்கம் ராக்கெட் உற்பத்தி செய்யும் தொழிற்சாலையானது. இதற்கு மிட்டல்வெர்க் *(Mittelwerk)* என்று பெயர் வைத்தார்கள் நாசிகள். இதற்கு நோர்ட்ஹூசன் டோரா *(Nordhausen-Dora)* என்கிற இரகசியப் பெயரையும் கொடுத்தார்கள். டோரா என்பது அந்த பகுதியிலிருந்த சித்ரவதை முகாமின் இரகசியப் பெயர்.

சுரங்கத்தை ராக்கெட் உற்பத்திக்கு ஏற்ற தொழிற்சாலைக் கட்டிடமாக மாற்றும் பணி பிரிட்கேடியர் ஜெனரல் ஹன்ஸ் கேம்லர் *(Brigadier General Hans Kammler)* வசம் தரப்பட்டது. இவரும் ஹிம்லருடைய *SS* படை உறுப்பினர்தான். சிவில் என்ஜினியர் மற்றும் ஆர்கிடெக்ட். சித்ரவதை முகாம்களுக்கு புகழ்பெற்ற ஆஸ்விட்ஸ் *(Auschwitz)* சித்ரவதை முகாங்களின் விஷவாயு கிடங்குகளை *(gas chambers)* கட்டியவர். நாசிப் படைகளாலும் *SS* படையாலும் கைதி செய்யப்பட்ட பல ஆயிரக் கணக்கான ஐரோப்பியர்களின் உயிர்கள் இந்த விஷவாயு கிடங்குகளில் பறிக்கப்பட்டிருக்கிறது.

பிரிட்கேடியர் ஜெனரல் ஹன்ஸ் கேம்லர்

பல ஆயிர அப்பாவி ஐரோப்பியர்களின் உயிர்களை பறித்த ஆஸ்விட்ஸ் விஷ வாய கிடங்குகளில் ஒன்று.

இப்படிப்பட்ட ஒருவரிடம் ராக்கெட் தொழிற்சாலைக்கான கட்டிட பணிக் கொடுக்கப்பட்டால் என்ன நடக்கும்?

பார்ப்போம்.

# விதிகளை மாற்றுங்கள்

***மார்ச் 4, 1992***
**டோரிமோலினோஸ், ஸ்பெயின்**

*WARC* மாநாடு தொடங்கியது. இதற்கு ஒரு வாரத்திற்கு முன்பே மோட்டோரோலோ தன்னுடைய படை பரிவாங்களை ஸ்பெயினில் இறக்கிவிட்டது. மேலும் பல நாடுகளின் பிரதிநிதிகள் குறிப்பாக ரஷ்ய பிரதிநிதிகள் தங்கியிருந்த வென்டோம் *(Place Vendome)* என்கிற உல்லாச விடுதியை மொத்தமாக குத்தகைக்கு எடுத்து தன்னுடைய முழு கட்டுப்பாட்டிற்குள் வைத்துக்கொண்டது. டோரிமோலினோஸ் நகரிலிருந்து சுமார் 17 கி.மீட்டர்கள் வடகிழக்கில் அமைந்திருக்கும் துறைமுக நகரமான மலாகாவில் *(Malaga)* இருக்கிறது இந்த உல்லாச விடுதி.

ரஷ்ய பிரதிநிதிகளுடன் சேர்த்து ரஷ்யாவின் உளவு நிறுவனமான கே.ஜி.பி *(KGB)*-யை சேர்ந்தவர்களும் அந்த உல்லாச விடுதியில் தங்கியிருந்தார்கள். அமெரிக்க அரசின் சார்பாக பல முக்கிய அரசு நிறுவன பிரதிநிதிகளும் – பென்டகன், நாசா, இன்பர்மேஷன் ஏஜன்சி, கோஸ்ட் கார்ட், டிபார்ட்மெண்ட் ஆப் காமர்ஸ் போன்ற அமைப்புகளின் பிரதிநிதிகள் – இந்த மாநாட்டில் கலந்துகொள்வதால் அவர்களிடமிருந்து முக்கிய அரச தகவல்களை திரட்ட கே.ஜி.பி-யை களமிறக்கியிருந்தது ரஷ்யா.

கே.ஜி.பி உளவாலிகளையும் தூக்கி சாப்பிடும் விதமாக அந்த உல்லாச விடுதியின் ஊழியர்கள் அனைவரையும் தற்காலிகமாக நிறுத்திவிட்டு ஸ்பெயினிலிருந்த தன்னுடைய நிறுவன ஊழியர்களை விடுதி பணியாளர்களாக நியமித்தது. குறிப்பாக விசயம் தெரிந்த என்ஜினியர்களை உணவு மேஜை சப்ளையர்களாக மாற்றியிருந்தது. கே.ஜி.பி உளவாலிகளும், ரஷ்ய பிரதிநிதிகளும் வோட்கா போதையில்

உளரும் எந்த ஒரு தகவலையும் உடனுக்குடன் மேலிடத்திற்கு சொல்லவேண்டியது அவர்களுக்கான முக்கியப் பணி.

மாநாட்டிற்கு வெளியே இவைகள் நடந்துகொண்டிருக்க, மாநாட்டிற்கு உள்ளே இன்மார்சாட்டின் செல்வாக்கை ஒரு கை பார்த்துக்கொண்டிருந்தது மோட்டோரோலா. மாநாட்டில் இன்மார்சாட்டின் செல்வாக்கை நேரடியாக எதிர்கொள்ள முடியாது என்பதை நன்றாக அறிந்திருந்த மோட்டோரோலா, இன்மார்சாட்டின் செல்வாக்கை காலி செய்ய வேறு ஒரு வழியை கையாண்டது. மாநாடு தொடங்குவதற்கு பல மாதங்களுக்கு முன்பே நூற்றுக்கும் மேற்பட்ட உறுப்பினர் நாடுகளில் தங்களுடைய லாபிகளை தொடங்கிவிட்டது.

சுமார் *127* நாடுகளை சேர்ந்த *1,400* பிரதிநிதிகள் கலந்துகொள்வார்கள் என்பதை முன்பே கணித்திருந்த மோட்டோரோலா, அந்த நாடுகளின் அரசு வட்டாரத்தில் தன்னுடைய பலமான லாபியை மேற்கொண்டது. அதன் விளைவாக அந்த நாடுகள் தங்கள் நாட்டின் சார்பாக மாநாட்டில் கலந்துகொள்ளும் பிரதிநிதிகளாக தங்கள் நாட்டில் செயல்பட்டுக்கொண்டிருந்த மோட்டோரோலா கிளை நிறுவன ஊழியர்களையே நியமனம் செய்து மாநாட்டிற்கு அனுப்பி வைத்தன.

மாநாட்டு தொடங்குவதற்கு இரண்டு மாதங்களுக்கு முன்பாக மற்றொரு மோட்டோரோலா லாபி குழு தாய்லாந்திற்கு பறந்தது. தென் கிழக்காசிய நாடுகளின் கூட்டமைப்பை *(ASEAN)* சேர்ந்த தலைவர்களை சந்தித்து இரிடியம் குறித்த விளக்கம் அவர்களுக்கு கொடுக்கப்பட்டது. வளரும் நாடுகளுக்கு இரிடியம் செல்போன்கள் எப்படியான தகவல் தொடர்பு சார்ந்த தொழில் வாய்ப்புகளையும், முன்னேற்றங்களையும் வழங்கயிருக்கிறது என்கிற செயல் விளக்கத்தை வழக்கம்போல் லேப்போல்ட் செய்தார். இதன் பிறகு *ASEAN* அமைப்பை சேர்ந்த நாடுகளின் மொத்த ஆதரவு வோட்டும் இரிடியத்திற்கு உறுதி செய்யப்பட்டது.

இது தவிர இன்டர்நேஷனல் டெலிகம்யூனிகேஷன் யூனியனை *(International Telecommunication Union - ITC)* சேர்ந்த *193* நாடுகளின் பிரதிநிதிகளையும் பல்வேறு சலுகைகளால் குளிப்பாட்டியெடுத்து மோட்டோரோலா. *ITC* அமைப்பே, *WARC* மாநாட்டை நடத்தும் அதிகார அமைப்பு. இதன் உறுப்பினர்கள் இறுதியாக கையெழுத்திட்டாலே *WARC* மாநாட்டு தீர்மானங்கள் நிறைவேறும். கவனிப்புகள் பலமாகவே இருந்தது. போதா குறைக்கு *ITC* அமைப்பிற்கான அமெரிக்க தூதராக

இருந்தவர் டிராவிஸ் மார்ஷல் (Travis Marshall). இவர் மோட்டோரோலா லாபி குழுவின் தலைவராக செயல்பட்டுக்கொண்டிருந்தவர்.

ஆப்பிரிக்க நாடுகளை இரிடியத்திற்கு ஆதரவாக திருப்ப மோட்டோரோலா அதிக சிரத்தையெல்லாம் எடுத்துக்கொள்ளவில்லை. சொல்லப்போனால் ஆப்பிரிக்க நாடுகளில் ஒன்றான மாலியின் பிரதமரும் அவருடைய மனைவியும், பணியாளர்களும் இரிடியத்தின் ப்ரோமோஷனல் (Promotional) வீடியோவிலேயே தாராளமாக நடித்துக்கொடுத்தார்கள். ஆப்பிரிக்க நாடுகள் இரிடியத்தை ஏற்றுக்கொண்டால் மாத மாதம் ஒரு குறிப்பிட்ட தொகை கமிஷனாக அவர்களுக்கு அனுப்பப்படும் என்பது மோட்டோரோலா முன் வைத்த டீல். (AT&T நிறுவனமும் ஆப்பிரிக்காவில் இப்படித்தான் செயல்பட்டுக்கொண்டிருந்தது).

மாநாடு தொடங்கியது. அது WARC மாநாடாக இருக்கவில்லை. மோட்டோரோலா நடத்தும் மாநாடு போலவே காட்சியளித்தது. மாநாட்டில் மொத்தமாக 127 நாடுகள் பங்கேற்றன. ஐரோப்பிய நாடுகளின் பிரதிநிகளைத் தவிர மற்ற நாடுகளின் பிரதிநிதிகள் அனைவரும் முன்பே குறிப்பிட்டதைப் போல அந்தந்த நாடுகளின் மோட்டோரோலா ஊழியர்கள். இன்மார்சாட்டின் செல்வாக்கு மொத்தமாக முடக்கப்பட்டது. அடுத்து ரஷ்ய பிரதிநிகளை முடக்கும் காரியத்தில் இறங்கியது மோட்டோரோலா.

இன்மார்சாட் ரஷ்ய பிரதிநிதிகளின் உதவியை நாடாது என்றாலும் விண்வெளி தொழில் நுட்பம் தொடர்பாக ரஷ்யாவிற்கும் மேற்கிற்கும் இருக்கும் புகைச்சல் காரணமாக ரஷ்ய பிரதிநிதிகள் இரிடியத்திற்கு எதிராக வாக்களிக்க கூடும் என்பது பொதுவான எதிர்பார்ப்பாக இருந்தது. மேலும் ரஷ்யாவின் சார்பாக மாநாட்டில் கலந்துகொள்ளும் பிரதிநிதிகள் குறித்து மாநாடு தொடங்கிய பிறகும் இரகசியம் காக்கப்பட்டது. ரஷ்ய பிரதிநிதிகள் யார் என்பதை அறியும் வேலை மோட்டோரோலா ஊழியர்களில் ஒருவரான மார்க் கெர்சன்ஸ்டெயினிடம் (Mark Gercenstein) கொடுக்கப்பட்டது.

மாநாடு தொடங்கியதிலிருந்து கெர்சன்ஸ்டெயின் செய்த காரியம் வென்டோம் விடுதியில் தங்கியிருந்த கே.ஜி.பி உளவாலிகளிடம் இரிடியம் தொடர்பாக பேச்சு கொடுப்பது. ஒன்றிரண்டு நாட்கள் எத்தகைய முன்னேற்றமும் இல்லாமல் செல்ல இறுதியாக கே.ஜி.பி உளவாலிகள் வோட்காவின் போதையில் இரகசியத்தை போட்டு

உடைத்தார்கள். மாநாட்டில் கலந்துகொள்ள இருக்கும் ரஷ்ய பிரதிநிதிகளின் பெயர்கள் தெரிந்துபோனது. இரு பெயர்களையும் கேட்ட அந்த நொடியே தன்னுடைய இருக்கையிலிருந்து எழுந்து வெளியே வந்த கெர்சன்ஸ்டெயின் எத்தகைய தாமதமும் செய்யாமல் உடனடியாக தொடர்பு கொண்டது சிக்காகோவில் இருந்த பாப் கேல்வினை (மோட்டோரோலா நிறுவனர்).

ரஷ்யாவிற்கான அமெரிக்க தூதராக ரஷ்யாவிலிருந்த பாப் ஸ்டிராசை *(Bob Strauss)* தொடர்பு கொண்ட கேல்வின், தன்னிடமிருந்த அந்த இரு பெயர்களையும் ஸ்டிராசிடம் வழங்கினார். பாப் ஸ்டிராஸ், கேல்வினின் பால்ய கால நண்பர் என்பது இங்கே கவனிக்கத்தக்கது. அடுத்த நாளே வென்டோம் விடுதியில் தங்கியிருந்த கே.ஜி.பி உளவாலிகள் ரஷ்யாவிற்கு திரும்ப அழைத்துக்கொள்ளப்பட்டார்கள். அதை தொடர்ந்து ரஷ்ய பிரதிநிதிகள் யாரும் நடந்துகொண்டிருக்கும் *WARC* மாநாட்டில் கலந்துகொள்ளமாட்டார்கள் என்கிற அறிவிப்பு வெளியானது. இரிடியத்திற்கான அடுத்த தடையையும் தகர்த்தது மோட்டோரோலா.

மாநாட்டின் இறுதியில் இரிடியத்திற்கு தேவையான அலைக்கற்றைகள் மோட்டோரோலாவிற்கு வழங்கப்பட்டது. கார்பரேட் நிறுவனங்கள் நினைத்துவிட்டால் நாடுகளின் அரசுகளையும், சர்வதேச அமைப்புகளையும் எப்படி தங்கள் விருப்பத்திற்கு ஏற்ப தாளம் போட வைப்பார்கள் என்பதற்கு இரிடியம் ஒரு சோறு பதம். சர்வதேச அமைப்புகளால் பொது மக்களுக்கு நன்மை விளையும் என்று நம்பிக்கொண்டிருப்பவர்களின் நம்பிக்கை நீடூழி வாழ்க.

அலைக்கற்றை அனுமதி கிடைத்ததும் முதலீட்டாளர்களை திரட்டும் பணியில் இறங்கியது மோட்டோரோலா. இன்மார்சாட்டின் உள்ளடி வேலைகளை கடந்தும் இரிடியத்திற்கு அனுமதி கிடைத்துவிட்டதால் அதில் முதலீடு செய்ய பெரு நிறுவனங்கள் முன் வந்தன. உலகம் முழுவதிலிருந்தும் மொத்தமாக *18* தொலைத் தொடர்பு நிறுவனங்கள் இரிடியத்தில் முதலீடு செய்தன. இருப்பதிலேயே ஜப்பானை சேர்ந்த தொலைத் தொடர்பு நிறுவனங்களின் கூட்டு *600* மில்லியன் டாலர்களை மொத்தமாக வாரிக் கொட்டியது.

இரிடியத்தின் *100%* முதலீட்டில், வெறும் *18%* சதவிகித முதலீட்டை மாத்திரமே தன் பங்காக முன் வைத்த மோட்டோரோலா மீதமிருந்த முதலீட்டு தொகை முழுவதையும் இந்த நிறுவனங்களிடமிருந்தே

பெற்றது. இதைத் தொடர்ந்து *86* செயற்க்கைகோள்களை *(77* செயற்க்கைகோள்களில் எதாவது ஒன்றுக்கு பிரச்சனை வரும் வேலையில் அதற்கு மாற்றாக செயல்பட *9* செயற்க்கைகோள்கள் என்று மொத்தமாக *86* செயற்க்கைகோள் இரிடியம் திட்டத்தில் விண்ணில் ஏவப்பட இருந்தது*)* விண்ணில் ஏவும் பணி தொடங்கியது.

இதில் மூன்று நிலைகள் இருந்தன. முதலாவது *86* செயற்க்கைகோள்களையும் விண்ணிற்கு சுமந்தும் செல்லும் ராக்கெட்களை தயாரிப்பது. இரண்டாவது *86* செயற்க்கைகோள்களையும் தயாரிப்பது. மூன்றாவது செயற்க்கைகோள்களை சுமந்து செல்லும் ராக்கெட்களை விண்ணில் செலுத்துவதற்கான ஏவுதளங்களை அடையாளம் காண்பது. இதை நிறைவேற்றும் தலைமைப் பொறுப்பு டேனி ஸ்டாம்பிடம் *(Dannie Stamp)* கொடுக்கப்பட்டது. அமெரிக்க அரசாங்கத்தின் விமான படையிலும், கண்டம் விட்டு கண்டம் பாயும் ராக்கெட் குண்டுகளிலும் *(Intercontinental ballistic missile - ICBM)* பழுத்த அனுபம் கொண்டவர் ஸ்டாம்ப்.

முதல் கட்டமான ராக்கெட்கள் தயாரிக்கும் பணியை கையிலெடுத்தார் ஸ்டாம்ப். ராக்கெட்களை தயாரிக்கும் ஒப்பந்தம் லாக்ஹீட் மார்ட்டின் நிறுவனத்திடம் கொடுக்கப்பட்டது. மேலும் இரிடியம் செயற்க்கைகோள்களில் பொருத்தப்பட இருந்த ஆன்டநாக்களை *(main mission antenna –* இந்த ஆன்டநாக்களே பூமியின் ஒரு பகுதியிலிருந்து வரும் செல்போன் சிக்னல்களை, மீண்டும் அவை பூமியின் எந்த பகுதிகளுக்கு செல்லவேண்டுமோ அந்த பகுதிகளுக்கு திருப்பி அனுப்பக் கூடியவை*)* தயாரிப்பதற்கான ஒப்பந்தம் ரேய்தான் நிறுவனத்திடம் கொடுக்கப்பட்டது.

இந்த ஒப்பந்தங்களைப் பெற வேண்டுமானால் லாக்ஹீட் மார்ட்டினும் ரேய்தானும் இரிடியத்தில் முதலீடு செய்யவேண்டும் என்கிற நிபந்தனையும் வைக்கப்பட்டது. மில்லியன்களில் பணம் வரக் கூடிய ஒப்பந்தங்கள் என்பதால் இரு நிறுவனங்களும் அந்த நிபந்தனைக்கு ஒப்புக்கொண்டு இரிடியத்தில் சிறிய அளவில் முதலீடு செய்தன. மேலும் இந்த இரு நிறுவனங்களும் தங்களுடைய வழமையான தொழிற்சாலைகளில் வைத்து தங்களுடைய ராக்கெட்களையும் ஆன்டநாக்களையும் தயாரிக்க கூடாது என்கிற நிபந்தனையும் விதித்தது மோட்டோரோலா.

இதற்கு காரணமில்லாமல் இல்லை. இரண்டாம் உலகப் போருக்கு பிறகான காலம் தொடங்கி அமெரிக்க விண்வெளித் தொடர்பான அனைத்து அரசாங்க ஒப்பந்தங்களையும் (*NASA*-விற்கு தேவையான ராக்கெட், செயற்க்கைக்கோள் மற்றும் விண்கலம் தயாரிக்கும் ஒப்பந்தங்கள்) பெற்று வந்தது மூன்று பெரும் தனியார் நிறுவனங்கள் மாத்திரமே. அவை லாக்ஹீட் மார்டின், போயிங் மற்றும் மெக்டோனல் டக்ளஸ். மற்ற நிறுவனங்கள் போட்டிக்கு வந்துவிடாதபடி இவை மூன்றும் இதில் ஏகபோகமாக (*monopoly*) நடந்துகொண்டன.

தரக் கட்டுப்பாடு என்கிற பெயரில் இந்த ஒப்பந்தங்களை பல வருடங்கள் இழுத்தடித்து செய்துகொண்டிருந்தன. வேலையை குறிப்பிட்ட காலத்திற்குள் முடிக்காமல் இழுத்தடிப்பதன் மூலம் பெரும் அளவில் இந்த மூன்று நிறுவனங்களும் இலாபம் பார்த்துக்கொண்டிருந்தன. இலாபம் என்றால் பணம் மழையாக கொட்டும் அளவிற்கான இலாபம். ராக்கெட்களை தயாரிக்க இரண்டு மூன்று வருடங்கள் இழுத்தடிப்பது சர்வ சாதாரண நடைமுறையாக இருந்தது.

தங்களுடைய *86* செயற்க்கைகோள்களையும் விண்ணில் ஏவ மோட்டோரோலாவிற்கு பல ராக்கெட்கள் தேவைப்பட்ட நிலையில் வழமையான முறையில் ராக்கெட் தயாரிக்கப்பட்டால் அடுத்த இருபது வருடங்கள் கழித்தும் கூட *86* செயற்க்கைகோள்களையும் முழுமையாக விண்ணில் ஏவி முடிக்க முடியாது என்பதை உணர்ந்திருந்த டேனி ஸ்டாம்ப், தேவைப்படும் ராக்கெட்கள் படு விரைவாக தயாரிக்கப்பட வேண்டும் என்பதில் உறுதியாக இருந்தார். இதன் காரணமாகவே தாங்கள் குறிப்பிடும் தொழிற்சாலைகளில் வைத்து தங்களுடைய ராக்கெட்களையும் ஆன்டநாக்களையும் விரைவாக தயாரிக்கவேண்டும் என்கிற நிபந்தனை முன் வைக்கப்பட்டது.

அடுத்து எந்த வகையான ராக்கெட்டை தயாரிப்பது என்கிற முடிவு எடுக்கப்பட வேண்டியிருந்தது. இதில் ஸ்டாம்பின் தேர்வுகள் ரஷ்யாவின் ப்ரோட்டான் ராக்கெட் (*Proton rocket*) மற்றும் சீனாவின் லாங் மார்ச் *2* (*Long March 2*). இதற்கு சாங் செங் (*Chang Zheng*) என்கிற பெயரும் உண்டு. அமெரிக்காவை சேர்ந்த மெக்டோனல் டக்ளஸ் நிறுவனத்தின் டெல்டா *II* (*Delta II*) ராக்கெட்டும் தேர்வு செய்யப்பட்டது.

ப்ரோட்டான் ராக்கெட், ஒரே சமயத்தில் *7* செயற்க்கைகோள்களை விண்ணில் செலுத்தும் திறன் கொண்டது. லாங் மார்ச் *2* ஒரே சமயத்தில் *2*

செயற்க்கைகோள்களையும், டெல்டா *II*, *5* செயற்க்கைகோள்களையும் விண்ணில் செலுத்தக் கூடிய திறன் கொண்டவைகளாக இருந்தன.

இறுதியாக இந்த ராக்கெட்களை விண்ணில் ஏவுவதற்கான ஏவுதளங்கள் தேர்வு செய்யப்பட்டன. ப்ரோட்டான் ராக்கெட்களை கசகஸ்தானின் பைக்கானூர் காஸ்மோட்ரோம் *(Baikonur Cosmodrome)* ஏவுதளத்திலிருந்தும், லாங் மார்ச் *2* ராக்கெட்களை சீனாவின் டையூன் சாட்டிலைட் லான்ஞ் சென்டரிலிருந்தும் *(Taiyuan Satellite Launch Center,* இது ஷாங்சி மாகாணத்திலிருக்கிறது), டெல்டா *II* ராக்கெட்களை அமெரிக்காவின் வேண்டன்பர்க் லாஞ்ச் சென்டரிலிருந்தும் *(Vandenberg Launch Centre, California)* விண்ணில் ஏவுவது என்று முடிவு செய்யப்பட்டது.

இரிடியம் திட்டத்தை செயல்படுத்துவதற்கான அனைத்து முதல் கட்ட பணிகளும் முடிந்தப் பிறகு செயற்க்கைகோள்களை தயாரிக்கும் பணிகள் தொடங்கின. இரிடியம் திட்டம் உருப்பெற்ற மோட்டோரோலாவின் அதே சான்ட்லர் அலுவலகத்திலேயே *86* செயற்க்கைகோள்களும் தயாரிக்கும் பணி தொடங்கியது. முன்பே பார்த்ததைப் போல அமெரிக்காவில் நடைமுறையிலிருந்த வழக்கப்படி ஒரு செயற்க்கைகோளை தயாரிக்க சுமார் ஒன்பதிலிருந்து பத்து மாதங்கள் பிடிக்கும்.

ஆனால் சான்ட்லர் தொழிற்சாலையில் ஒன்பது நாட்களுக்கு ஒரு இரிடியம் செயற்க்கைகோள் தயாரிக்கப்பட்டு வெளியே அனுப்பப்பட்டது. நாட்கள் செல்ல செல்ல, நான்கு நாட்களுக்கு

ஒரு புதிய இரிடியம் செயற்க்கைகோள் தயாரிக்கப்பட்டு வெளியே அனுப்பப்பட்டது. நாசா உட்பட அமெரிக்காவின் அனைத்து தொலைத் தொடர்பு நிறுவனங்களும், விண்வெளி நிறுவனங்களும் மோட்டோரோலாவின் இந்த வேகத்தைக் கண்டு சற்றே ஆடித்தான் போயின.

ஒரு கட்டத்தில், இரிடியம் திட்டத்தை செயல்படுத்த சுமார் 5000 என்ஜினியிர்கள் இரவும் பகலுமாக வேலை செய்துக்கொண்டிருந்தார்கள். ஒரு நாளைக்கு சுமார் 1.5 மில்லியன் டாலர்களை இதற்காகவென்றே செலவு செய்துக்கொண்டிருந்தார் ஸ்டாம்ப். விண்வெளித் துறையின் புதிய தலைமையிடம் மோட்டோரோலாவின் சான்ட்லர் அலுவலகம் என்று சொல்லும் அளவிற்கு வேலைகள் படுத் தீவிரமாகவும் வேகமாகவும் நடந்துகொண்டிருந்தன.

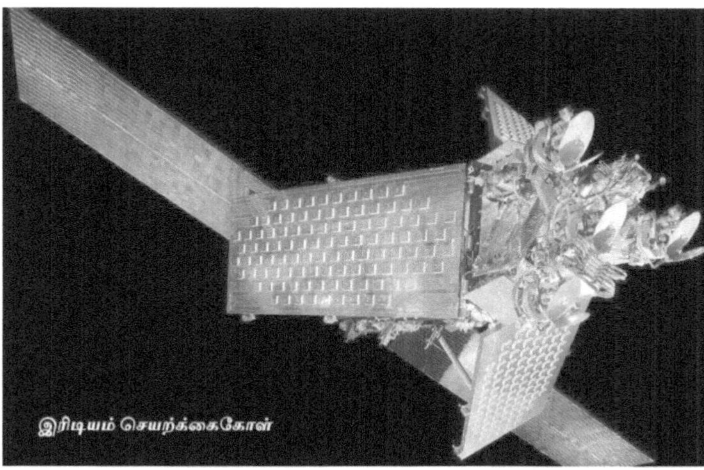

இரிடியம் செயற்க்கைகோள்

இரிடியம் திட்டத்திற்கான அலைக்கற்றை அனுமதி பெற்று, நான்கு ஆண்டுகள் கழித்து 1996-ம் ஆண்டின் இலையுதிர் காலத்தில் இரிடியம் செயற்க்கைகோள்கள் விண்ணில் ஏவப்படுவதற்கு தயாராக இருந்தன. ஒவ்வொரு செயற்க்கைகோளும் சுமார் 1,412 பவுண்ட்கள் இருந்தன. செயற்க்கைகோள்களை விண்ணில் செலுத்த 1996-ம் ஆண்டின் கிருஸ்துமஸ் விடுமுறை நாட்கள் தேர்வு செய்யப்பட்டது.

முதல் கட்டமாக ப்ரோட்டான் ராக்கெட்டில் 7 செயற்க்கைகோள்களை பொருத்தி விண்ணில் செலுத்துவது என்று முடிவு செய்தார் ஸ்டாம்ப். பின்னர் எடுத்த எடுப்பில் 7 செயற்க்கைகோள்களை வைத்து பகடை

விளையாட விரும்பாத ஸ்டாம்ப் லாங் மார்ச் 2 ராக்கெட்டை பயன்படுத்துவது என்று தன்னுடைய முடிவை மாற்றிக்கொண்டார்.

ஆனால் மோட்டோரோலாவின் மேலிடம் முதல் முயற்ச்சியில் சீனாவின் ராக்கெட்டை பயன்படுத்த விரும்பவில்லை. வேறு வழியில்லாமல் டெல்டா *II* ராக்கெட்டை தேர்வு செய்தார் ஸ்டாம்ப். தொடக்கத்திலிருந்தே டெல்டா*II* ராக்கெட்டின் மீது ஸ்டாம்பிற்கு அதிக உடன்பாடு இல்லாமலிருந்தது. கடந்த காலங்களில் பலமுறை அந்த ராக்கெட் விபத்துக்குள்ளானதே அதற்கான காரணம். வேண்டன்பர்க் லாஞ்ச் சென்டருக்கு மோட்டோரோலாவின் என்ஜினியர்களும், ராக்கெட்டை தயாரித்த மெக்டோனல் டக்ளஸ் நிறுவனத்தின் என்ஜினியர்களும் அனுப்பி வைக்கப்பட்டார்கள்.

ராக்கெட்டை செலுத்துவதற்கான ஏற்ற வானிலை அமையாத காரணத்தால் பலமுறை இரிடியம் திட்டத்தின் முதல் மூன்று செயற்க்கைகோள்கள் விண்ணில் ஏவப்படும் நிகழ்வு தள்ளி வைக்கப்பட்டது. இந்த நிலையில் ஜனவரி *17, 1997* அன்று ஸ்டாம்ப் எதற்காக தயங்கினாரோ அது சரிதான் என்பதை நிருபிக்கும் விதமாக ஒரு விபத்து நடந்தேறியது. அமெரிக்க வான் படை தன்னுடைய பயன்பாட்டிற்கென்று *GPS* தொழில்நுட்பத்திற்கான ஒரு செயற்க்கைகோளை, கேப் கானவெரல் ஏவுதளத்திலிருந்து விண்ணில் செலுத்தியது.

ராக்கெட் பூமியிலிருந்து புறப்பட்ட *12.5*-வது நொடியில் வானில் வெடித்து சிதறியது. விபத்துக்குள்ளான அந்த ராக்கெட் டெல்டா *II*. இரிடியத்தின் முதல் கட்ட செயற்க்கைகோள்களை விண்ணில் செலுத்தயிருந்த அதே டெல்டா *II* ரக ராக்கெட்தான். இந்த விபத்திற்கு பிறகு டெல்டா *II* ரக ராக்கெட்களை விண்ணில் செலுத்தும் மற்ற அனைத்து ப்ரோஜக்ட்களும் நிறுத்தப்பட்டது. இரிடியம் உட்பட. இதன் காரணமாக ஏவுதள கட்டுமானத்தில் தயாராக பொருத்தப்பட்டிருந்த இரிடியம் செயற்க்கைகோள்களை சுமந்துகொண்டிருந்த டெல்டா *II* ராக்கெட் அப்படியே நிறுத்தி வைக்கப்பட்டது.

கேப் கானவெரலில் நடந்த ராக்கெட் விபத்தின் முழுமையான தொழில்நுட்ப விசாரணை முடியும் வரை இந்த தடை நீடித்தது. ஒருவழியாக *1997* மே மாத தொடக்கத்தில் இந்த தடை நீக்கப்பட்டது. வேண்டன்பர்க் லாஞ்ச் சென்டரின் ஏவுதளத்திலேயே நான்கு மாதங்களாக நிறுத்தி வைக்கப்பட்டிருந்த டெல்டா *II* ராக்கெட்டை மே

5-ம் தேதி அதிகாலையில் விண்ணில் செலுத்துவது என்று முடிவானது. நடு இரவு முதலே பலூன்கள் பறக்க விடப்பட்டு வானிலை பரிசோதிக்கப்பட்டது.

ஏற்ற வானிலை என்று உறுதியானதும் அதிகாலை 5:15-க்கு ராக்கெட்டில் எரிபொருள் நிரப்பும் பணி தொடங்கியது. அடுத்த ஒன்றரை மணி நேரத்தில் ராக்கெட்டின் அனைத்து கட்ட எரிபொருள் நிரப்பும் பணியும் நிறைவடைந்தது. ராக்கெட் விண்ணில் ஏவப்படுவதை காண நாசாவின் ஊழியர்களும், மோட்டோரோலா மற்றும் மெக்டோனல் டக்ளஸ் நிறுவன ஊழியர்களும் வரத் தொடங்கினார்கள். மீண்டும் 7:45 மணி அளவில் பலூன்கள் வானில் பறக்க விடப்பட்டு வானிலை பரிசோதிக்கப்பட்டது.

இறுதியாக ராக்கெட்டை விண்ணில் செலுத்துவதற்கான T minus 10 (ராக்கெட் விண்ணில் செலுத்தப்படுவதற்கு 4 விநாடி 49 நொடிகள் முன்பிலிருந்தே இந்த கவுன்டவுன் தொடங்கினாலும் இறுதியான 10 நொடிகள் மாத்திரமே அறிவிக்கப்படும்) கவுன்டவுன் தொடங்கியது. 10, 9, 8..........0 கவுன்டவுன் முடிந்து இரிடியத்தின் முதல் 3 செயற்கைகோள்களுடன் டெல்டா II ராக்கெட் பெரு நெருப்பை கக்கிக்கொண்டு விண்ணை நோக்கி புறப்பட்டது. டேனி ஸ்டாம்பிற்கு இதயம் படபடவென்று அடித்துக்கொண்டது.

(உங்கள் மோபைல் போனில் QR code scanner மூலம் இந்த QR code-யை ஸ்கேன் செய்து ராக்கெட் விண்ணில் ஏவப்படும் காணொலியை காணலாம். இந்த காணொலியில் விண்கலம் ஒன்று விண்ணில் ஏவப்படுவது காட்டப்படுகிறது. செயற்க்கைக்கோள் அல்ல.)

பொதுவாக ராக்கெட்களுடன் பொருத்தப்பட்டிருக்கும் பூஸ்டர்கள் (boosters – சிறிய அளவிலான ராக்கெட்கள்) ராக்கெட் கிளம்பிய 3 விநாடிகளில் ராக்கெட்டை விட்டு தனியாக பிரிந்துவிடும். அடுத்து ராக்கெட்டின் முதல் கட்டம் முழுதுமாக எறிந்து முடிந்து ராக்கெட்டிலிருந்து பிரியும். இறுதியாக ராக்கெட்டின் முனையில் பொருத்தப்பட்டிருக்கும் செயற்க்கைகோள் ராக்கெட்டிலிருந்து விடுபட்டு அதற்கான சுற்று வட்டப்பாதையில் நிலைநிறுத்தப்படும்.

செயற்க்கைகோள் வெற்றிகரமாக அதன் சுற்று வட்டப்பாதையில் நிலைநிறுத்தப்பட்டதும் பூமியிலிருக்கும் டிராக்கிங் ஸ்டேஷனுக்கு *(tracking station)* சிக்னல்களை அனுப்பத் தொடங்கும். டெலிமெட்டிரி *(Telemetry)* கணக்கீடுகளை கொண்டு பூமியிலிருக்கும் எந்த டிராக்கிங் ஸ்டேஷனக்கு, வெற்றிகரமாக நிலைநிறுத்தப்பட்ட செயற்க்கைகோள் தகவல் அனுப்பும் என்பதை முன்பே கணித்துவிடுவார்கள். அதன்படி குறிப்பிட்ட டிராக்கிங் ஸ்டேஷனிலிருந்து செப்பரேஷன் சைட்டட் *(Separation sighted)* என்கிற தகவல் வந்தப் பிறகே செயற்க்கைகோள் வெற்றிகரமாக விண்ணில் செலுத்தப்பட்டதாக கருதப்படும்.

தென்னாப்பிரிக்காவின் ஹார்ட்பிஸ்தாக்கில் அமைந்திருக்கும் நாசாவின் டிராக்கிங் ஸ்டேஷனுக்கு இரிடியத்தின் முதல் கட்ட செயற்க்கைகோள்கள் தகவல் அனுப்பும் என்று கணிக்கப்பட்டிருந்தது. ஹார்ட்பிஸ்தாக் தகவலை எதிர்பார்த்து இதய படபடப்புடன் கட்டுப்பாட்டு அறையில் உட்கார்ந்திருந்தார் டேனி ஸ்டாம்ப். ஒருவழியாக ஹார்ட்பிஸ்தாக் டிராக்கிங் ஸ்டேஷனிலிருந்து அந்த தகவல் வந்தது “செப்பரேஷன் சைட்டட்”. மகிழ்ச்சியில் எகிறி குதித்தார் டேனி ஸ்டாம்ப். அங்கிருந்து அனைவரும்.

தொடர்ந்து வந்த பன்னிரெண்டு மாதங்களில் *15* ராக்கெட்களின் மூலம் இரிடியத்தின் *72* செயற்க்கைகோள்களும் அவற்றின் சுற்று வட்டப்பாதைகளில் வெற்றிகரமாக நிலைநிறுத்தப்பட்டன. *(86* செயற்க்கைகோள் என்பது பிறபாடு *72* செயற்க்கைகோள்களாக குறைக்கப்பட்டது*)*.

எந்த ராக்கெட்டின் செயல்பாடு குறித்து டேனி ஸ்டாம்ப் குறைவான மதிப்பீடு கொண்டிருந்தாரோ அந்த ராக்கெட்டே *(*டெல்டா *II)* ஒன்பது முறை விண்ணில் வெற்றிகரமாக பறந்து இரிடியத்தின் *45* செயற்க்கைகோள்களை அதன் சுற்று வட்டப்பாதைகளில் நிலை நிறுத்தியது. ப்ரோட்டான் மூன்று முறை பறந்து *21* இரிடியம் செயற்க்கைகோள்களையும், லாங் மார்ச் *2* மூன்று முறை பறந்து *6* இரிடியம் செயற்க்கைகோள்களையும் அதனதன் சுற்று வட்டப்பாதைகளில் நிலை நிறுத்தின.

விண்வெளி வரலாற்றில் இப்படியொரு சாதனையை நாசா உட்பட எந்த ஒரு நாட்டின் விண்வெளி நிறுவனமும் செய்து காட்டியதில்லை. இந்த புத்தகத்தை எழுதிக்கொண்டிருக்கும் இந்த நொடிவரை. ஒரு வருடத்திற்குள்ளாக *15* ராக்கெட் லான்ஞ்சஸ். ஒரு கட்டத்தில்

ஒரே சமயத்தில் மூன்று ஏவுதளங்களிலிருந்தும் (பைக்கானூர் காஸ்மோட்ரோம், டையூன் சாட்டிலைட் லான்ஞ் சென்டர் மற்றும் வேண்டன்பர்க் லாஞ்ச் சென்டர்) பல இரிடியம் செயற்க்கைகோள்கள் விண்ணில் செலுத்தப்பட்டன. விண்வெளி வரலாற்றின் அற்புதம் இது.

இந்த அற்புதத்தை மீண்டும் ஒருமுறை செய்ய களமிறங்கியிருக்கிறது இப்பொது ஒரு நிறுவனம்.

அந்த நிறுவனம் எது?

பார்ப்போம்.

# விதிக்கப்பட்டதை அடைந்தே தீரவேண்டும்

***ஆகஸ்ட், 1943***
***மிட்டல்வெர்க், ஜெர்மனி***

*"செத்து விழுறவங்களல பத்தி எந்த கவலயும் வேண்டாம்" பிரிட்கேடியர் ஜெனரல் ஹன்ஸ் கேம்லர் தன்னுடைய சகாக்களுக்கு கொடுத்த கட்டளை இது. ஹார்ஸ் மலை சுருங்கத்தை ராக்கெட் தொழிற்சாலையாக மாற்றிக்கொண்டிருந்த சித்ரவதை முகாம் அடிமை கைதிகளை குறிப்பிட்டுத்தான் ஹன்ஸ் கேம்லர் இப்படி பேசியது. சுரங்கத்தை தொழிற்சாலையாக மாற்றும் பணிக்கு முதல் கட்டமாக 107 அடிமை கைதிகள், பூச்சன்வால்ட் (Buchenwald) சித்ரவதை முகாமிலிருந்து கொண்டு வரப்பட்டிருந்தார்கள்.*

*வெறும் கைகளாலேயே சுரங்கத்தை தோண்டும்படி அவர்கள் பணிக்கப்பட்டார்கள். மண்வெட்டி மற்றும் கடப்பாரைகளை கொடுத்தால் கைதிகள் அவற்றை தங்களுக்கு எதிரான ஆயுதமாக பயன்படுத்தக் கூடும் என்கிற பயம் SS பணியாளர்களுக்கு இருந்தது. ஒரு மாதம் கழித்து (செப்டம்பர், 1943) பெனமூண்டிலிருந்த ராக்கெட் தயாரிக்கும் இயந்திரங்கள் மிட்டல்வெர்க் சுரங்கத்திற்கு கொண்டுவரப்பட்டது. கூடவே பெனமூண்டில் தங்கியிருந்த என்ஜினியர்களும் வந்து சேர்ந்தார்கள். வான் ப்ரான் உட்பட. சுரங்கத்திற்கு சில மைல்கள் தள்ளி இவர்களுக்கான வசதியான குடியிருப்புகள் ஏற்படுத்தப்பட்டிருந்தது.*

*குறிப்பாக வான் ப்ரானுக்கு ஆடம்பரமான வில்லா வீடு கொடுக்கப்பட்டது. இந்த வில்லா யூத தொழிலதிபர் ஒருவரிடமிருந்து அடித்து பிடுங்கப்பட்டிருந்தது. அதேப் போன்று சுரங்கத்திலிருந்து சில மைல்கள் தள்ளி வான் ப்ரானுக்கான அலுவலகமும் அமைக்கப்பட்டிருந்தது.*

அதே வேலையில் சுரங்கத் தொழிற்சாலைக்குள் நிலைமை அப்படியே தலைக் கீழ். சுத்தமான காற்றுக்கும், சூரிய வெளிச்சத்திற்கும் உள்ளே இடமேயில்லை. தண்ணீர் வசதியும் கிடையாது. சுரங்கத்திற்குள் வேலை செய்த அடிமைகளின் மூச்சுக் காற்று வெளியே செல்வதற்கும் எத்தகைய வசதியும் ஏற்படுத்தப்பட்டிருக்கவில்லை. இப்படியான சூழ்நிலையில் ஆயிரக் கணக்கான அடிமை கைதிகள் *V-2* ராக்கெட் தயாரிக்கும் பணியை தொடங்கினார்கள்.

ஒரு நாளைக்கு *12* மணி நேரம் என்று வாரத்தின் ஏழு நாட்களும் அடிமைகள் ராக்கெட்டின் உதிரி பாகங்களை பொருத்தியாக வேண்டும். பன்னிரெண்டு மணி நேர வேலையை முடித்துவிட்டு அவர்கள் சுரங்கத்தை விட்டு வெளியேற முடியாது. சுரங்கத்தின் மற்றொரு பகுதியில் அவர்களுக்கான தங்குமிடங்கள் அவர்களாலேயே உருவாக்கப்பட்டிருந்தது.

படுக்கும் இடத்திலேயே இயற்க்கை உபாதைகளையும் கழித்தாக வேண்டும். குடிப்பதற்கே சுரங்கத்திற்குள் முறையான தண்ணீர் வசதி இல்லாத நிலையில் குளிப்பதை பற்றியெல்லாம் அவர்கள் நினைத்தும் பார்த்துவிட முடியாது. போதா குறைக்கு சுரங்கத்தை விரிவாக்கும் பணி காரணமாக வைக்கப்படும் வெடிகளின் புகையும் சுரங்கத்தை விட்டு வெளியேற முடியாமல் உள்ளேயே சுற்றிக்கொண்டிருந்தது.

உயிர் வாழ்வதற்கு முற்றிலும் தகுதியற்ற (ஆபத்தான) இந்த சூழலில் சுரங்கத்திற்குள் *8000*-த்திற்கும் அதிகமான அடிமை கைதிகள் தங்கி ராக்கெட் உற்பத்தியில் ஈடுபட்டிருந்ததாக *SS* ஆவணங்கள் குறிப்பிடுகின்றன. பட்டினியாலும், இரத்த பேதியாலும், காச நோயாளும், நிமோனியாவாளும் தினந்தோறும் ஏராளமான அடிமைகள் செத்து விழுவது சுரங்கத்திற்குள் வழக்கமான ஒரு நிகழ்வாக மாறிப்போனது. உயிர் பிழைத்தவர்களும் கூட தோல் போர்த்திய எலும்புக் கூடுகளாகவே ராக்கெட் உதிரி பாகங்களை பொருத்திக் கொண்டிருந்தார்கள்.

பல நூறு கிலோ எடை கொண்ட ராக்கெட் உதிரி பாகங்களை தூக்க முடியாமல் தூக்கி சென்று உடல் நசுங்கி சாவும் அடிமைகளின் கணக்கு தனி. தினந்தோறும் நிகழும் மரணங்களின் காரணமாக ராக்கெட் உற்பத்தியில் ஈடுபட்டிருக்கும் அடிமைகளின் எண்ணிக்கை குறைந்தால் உடனுக்குடன் புதிய அடிமைகள் சுரங்கத்திற்குள் அனுப்பி வைக்கப்படுவார்கள். அடிமைகளும், ராக்கெட் உதிரி பாகங்களும்

*சுரங்கத்திற்குள் சென்று பிணங்களும் ராக்கெட்களும் வெளியே வந்திருக்கின்றன.*

*சுரங்க ராக்கெட் தொழிற்சாலை செயல்படத் தொடங்கிய முதல் ஆறு மாதங்களில் 2,882 அடிமைகள் இறந்துபோனதாக ஆவணங்கள் குறிப்பிடுகின்றன. அடிமைகளின் தேவையை சமாளிக்க மிட்டல்வெர்க் சுரங்கத்திற்கென்று தனியான வதை முகாம் ஏற்படுத்தப்பட்டது. அதன் பெயர் டோரா (Dora). டோரா வதை முகாமும் போதாமல் மேலும் 30 சிறிய வதை முகாம்கள் ஏற்படுத்தப்பட்டது. இதுவும் போதவில்லை. அந்த அளவிற்கு சுரங்கத்திற்குள் கைதிகளின் மரணம் நிகழ்ந்துக்கொண்டேயிருந்தது.*

*மிட்டல்வெர்க் சுரங்க ராக்கெட் தொழிற்சாலையின் மேலாளராக நியமிக்கப்பட்டிருந்த ஜியார்ஜ் ரிக்கி (Georg Rickhey), மே 6, 1944 அன்று கூட்டம் ஒன்றுக்கு ஏற்பாடு செய்கிறார். அதில் கலந்து கொண்டவர்கள் வான் ப்ரான், வால்தர் டோன்பெர்கர் மற்றும் ஆர்த்தர் ரூடால்ப். தீராத தலைவலியாக இருக்கும் அடிமைகளின் தேவையை எப்படி பூர்த்தி செய்வது என்பது தொடர்பாக விவாதிக்க கூட்டப்பட்ட கூட்டம் அது. ஹிம்லரின் SS படை மேலும் 1800 பிரஞ்சு அடிமைகளை பிடித்து வரவேண்டும் என்று கூட்டத்தில் முடிவு செய்யப்பட்டது. வான் ப்ரான் இதற்கு எத்தகைய எதிர்ப்பும் தெரிவிக்கவில்லை.*

*அடுத்த நான்கு மாதங்களில் மீண்டும் இதே பிரச்சனை. இம்முறை பிரச்சனையை தீர்க்க வான் ப்ரான் நேரடியாகவே களத்தில் இறங்கிவிட்டார். பூச்சன்வால்ட் வதை முகாமுக்கு சென்ற வான் ப்ரான் (இந்த பயணத்தின் போது அவருடன் இருந்தவர் டாக்டர். சைமன்) முகாமிலிருந்து சுமார் 1000-த்திற்கும் மேற்பட்ட அடிமைகளை தேர்வு செய்து கோனல் பிஸ்டர் தலைமையில் அவர்களை மிட்டல்வெர்க் சுரங்க ராக்கெட் தொழிற்சாலைக்கு அழைத்து வந்திருக்கிறார். சுரங்கத்தின் ஒரு பகுதியில் அவர் அமைக்க நினைத்த சோதனை கூடத்தை கட்ட இந்த அடிமைகளை அவர் பயன்படுத்திக்கொண்டார்.*

*மிட்டல்வெர்க்கின் என்ஜினியர் ஆல்பின் ஸ்வாட்ஸ்கீக்கு (Albin Sawatzki) ஆகஸ்ட் 15, 1944 அன்று அவர் எழுதிய தனிப்பட்ட கடிதத்தின் வழி இதை நாம் அறிந்துகொள்ள முடிகிறது. நாம் முன்பு பார்த்த ஆன்ட்வெர்ப் நகர தாக்குதலில் பயன்படுத்தப்பட்ட V-2 ராக்கெட்கள், நரகத்திற்கு இணையான இந்த மிட்டல்வெர்க் சுரங்க ராக்கெட் தொழிற்சாலையில் தயாரிக்கப்பட்டவைதான்.*

இந்த நாட்களில் இரண்டாம் உலகப் போர் முடிவிற்கு வந்துகொண்டிருந்தது. மேற்கில் இங்கிலாந்தின் கூட்டணிப் படைகளும், கிழக்கில் ரஷ்ய படைகளும் பெர்லினை நோக்கி முன்னேறிக்கொண்டிருந்தன. இராணுவத்தை முன்னால் அனுப்பிவிட்டு பல இரகசிய குழுக்களை பின்னாலேயே அனுப்பியிருந்தன இங்கிலாந்தும், அமெரிக்காவும், பிரான்சும். என்ஜினியர்கள், விஞ்ஞானிகள், இயற்பியல் வல்லுனர்கள், உயிரியல் அறிஞர்கள், மொழியியல் வல்லுனர்கள் என்று நடமாடும் குட்டி பல்கலைக்கழகங்களாகவே இருந்தன அந்த இரகசிய குழுக்கள்.

இதில் முக்கிய இரகசிய குழுக்களாக கருதப்பட்டவை ஆப்ரேஷன் ஆல்சோஸ் *(Operation Alsos)* மற்றும் *CIOS (Combined Intelligence Objectives Subcommittee)*. அமெரிக்காவால் உருவாக்கப்பட்டது ஆப்ரேஷன் ஆல்சோஸ். கோனல் போரிஸ் பாஸ் *(Colonel Boris Pash)* இதன் இராணுவ தளபதி. சாமுவேல் கோட்ஸ்மிட் *(Samuel Goudsmit)* இதன் அறிவியல் இயக்குனர். ப்ரோஜக்ட் மேன்ஹாட்டன் *(Manhattan Project)* என்கிற படு இரகசிய அணு ஆயுத தொழில் நுட்ப ஆப்ரேஷனின் ஒரு பகுதி ஆப்ரேஷன் ஆல்சோஸ். நாசிகளிடமிருந்த இரசாயன மற்றும் அணு ஆயுதங்கள் தொடர்பான தொழில் நுட்ப ஆவணங்களையும், இந்த துறையில் தொடர்புடைய உயர்மட்ட நாசி விஞ்ஞானிகளையும், என்ஜினியர்களையும் கைப்பற்றிய அமெரிக்காவிற்கு கொண்டு செல்வதே இதன் முக்கிய நோக்கம்.

*CIOS* இரகசிய குழு அமெரிக்க-இங்கிலாந்தின் கூட்டு முயற்சி. நாசிகளிடமிருந்த ராக்கெட், உயிரியல், இயற்பியல், ஆணு ஆயுதம், மருத்துவம், இரசாயன தொழில் நுட்பங்கள் குறித்த ஆவணங்களையும் அதில் தொடர்புடையவர்களையும் கைப்பற்றுவதே இதன் நோக்கம். பிளாக் லிஸ்ட்ஸ் *(Black Lists)* என்கிற பட்டியலை வைத்துக்கொண்டு இது ஜெர்மனிக்குள் புகுந்திருந்தது. நாசி ஜெர்மனியின் முக்கிய விஞ்ஞானிகள், என்ஜினியர்கள் என்று பலரின் பெயர்கள் அந்த பட்டியலில் இருந்தது.

*CIOS* இரகசிய குழுவின் பாதுகாப்பிற்காக உருவாக்கப்பட்டது டி-போர்சஸ் *(T-Forces)*. இந்த சிறிய படையை அதன் வீரர்கள் அணிந்திருக்கும் ஹெல்மட்டை கொண்டு அடையாளம் காண முடியும். அவர்களுடைய ஹெல்மட்டில் கண்ணைக் கவரும் சிகப்பு நிரத்தில் *T* என்று எழுதப்பட்டிருக்கும். இவர்களிடமும் பிளாக் லிஸ்ட்ஸ் பட்டியல் கொடுக்கப்பட்டிருந்தது. சந்தேகத்திற்குரிய நாசி

விஞ்ஞானிகளையோ அல்லது என்ஜினியர்களையோ இந்த படை வீரர்கள் பார்த்துவிட்டால், *CIOS* இரகசிய குழு அந்த இடத்திற்கு வந்து சேரும் வரை அவர்களை சிறை வைக்கவேண்டும் என்பது இவர்களுக்கு கொடுக்கப்பட்டிருந்த கட்டளை.

முன்பே கூறியதைப் போல இந்த இரு இரகசிய குழுக்களைத் தவிர மேலும் பல இரகசிய குழுக்கள் நாசிகளின் விஞ்ஞானிகளையும், என்ஜினியர்களையும், தொழில் நுட்பங்களையும் தேடி ஜெர்மனிக்குள் புகுந்திருந்தன. இவற்றில் பெரும்பான்மையானவை அமெரிக்காவிலிருந்து வந்தவை. பென்டகன் தன் பங்கிற்கு வான் ப்ரானுடைய *V-2* ராக்கெட் தொழில்நுட்ப ஆவணங்களை கைப்பற்ற ஒரு இரகசிய குழுவை ஐரோப்பாவிற்கு அனுப்பியிருந்தது. அமெரிக்க வான்படையும் கடல் படையும் தொக்கா என்ன. அவையும் தங்கள் பங்கிற்கு இரகசிய குழுக்களை ஜெர்மனியில் மண்ணில் விதைத்திருந்தன.

எதிரிகளின் கப்பல்களை தாக்கி அழிக்கும் நாசிகளுடைய ஹன்ஸ்சேல் *293 (Henschel Hs 293)* என்கிற ராக்கெட் குண்டின் தொழில்நுட்ப ஆவணங்களை கைப்பற்ற அமெரிக்க கப்பல் படை தன்னுடைய இரகசிய குழுவை அனுப்பியிருந்தது. லுப்ட்வாப் *(Luftwaffe -* நாசிகளுடைய வான்படை இது*)* தொழில் நுட்பங்களையும் அதன் என்ஜினியர்களையும் கைப்பற்ற அமெரிக்க வான் படை தன்னுடைய இரகசிய குழுவை அனுப்பியிருந்தது.

இங்கிலாந்தின் இரகசிய குழுக்களில் முக்கியமானது *30* அசால்ட் யூனிட் *(30 Assault Unit)*. பின்னாட்களில் வெளிவந்த ஜேம்ஸ் பாண்ட் நாவல்களை எழுதிய இயான் பிளம்மிங்தான் *(Ian Fleming)* இந்த குழுவின் தலைவராக செயல்பட்டவர்.

ரஷ்யாவின் விண்வெளி ஆய்வு நிறுவனமான *NII-1* தன் பங்கிற்கு ஒரு இரகசிய குழுவை அனுப்பியிருந்தது. அந்த குழுவின் முக்கிய நோக்கம் வான் ப்ரானுடைய *V-2* ராக்கெட் என்ஜினுடைய தொழில் நுட்ப விவரங்களை கைப்பற்றுவது. அமெரிக்கா முந்திகொள்வதற்குள் தான் முந்திவிட வேண்டும் என்று ரஷ்யாவும், ரஷ்யா முந்திகொள்வதற்குள் தான் முந்திவிட வேண்டும் என்று அமெரிக்காவும் பதற்றத்துடன் தேடுதல் வேட்டையில் இடுப்பட்டன. நேச நாடுகளின் இரகசிய குழுக்களுடைய தேடுதல் பட்டியல்களில் வான் ப்ரானுடைய பெயரும் அவருடைய *V-2* ராக்கெட் தொழில்நுட்பமும் முதல் ஐந்து

இடங்களுக்குள்ளாகவே இருந்தது. கிழக்கிலும் மேற்கிலும் இரகசிய குழுக்கள் தன்னை தேடிக்கொண்டிருப்பதைப் பற்றி அவ்வளவாக அலட்டிக் கொள்ளாத வான் ப்ரான், *V-2* ராக்கெட்களின் உற்பத்தி வேகத்தை மேலும் அதிகப்படுத்த திட்டமிட்டுக்கொண்டிருந்தார். ஒரு நாளைக்கு மூன்று ராக்கெட்கள் என்பதிலிருந்து ஒரு நாளைக்கு *200* ராக்கெட்களை தயாரித்து வெளியே அனுப்பவேண்டும் என்று இலக்கு தீர்மானித்தார்.

மிட்டல்வெர்க் சுரங்கத்தில் நிலைமை மேலும் மேலும் மோசமாகிக்கொண்டிருந்தது. பிப்ரவரி *1945* வாக்கில் சுரங்கத்தில் அடிமைகளின் மரண எண்ணிக்கை ஒரு நாளைக்கு பல நூறு என்கிற அளவை எட்டிக்கொண்டிருந்தது. கொடுமைத் தாங்காமல் இறப்பவர்கள் ஒருபுறம் என்றால் வேலை செய்ய முடியாது என்று முரண்டுப்பிடிக்கும் அடிமைகள்தூக்கிலடப்பட்டுகொல்லப்படுவதும் அதிகரித்துக்கொண்டிருந்தது.

எதிர்ப்பு காட்டும் அடிமைகள், ராக்கெட்டின் உதிரி பாகங்களை நகர்த்தும் கிரேன்களில் தூக்கிலிடப்பட்டார்கள். தூக்கிலிடப்பட்ட உடல்கள் கிரேன்களிலிருந்து அகற்றப்படாமல் அப்படியே பல நாட்களுக்கு விடப்பட்டது. மற்ற அடிமைகளுக்கு மரணப் பீதியை உண்டாக்க. அறை குறை ஆடைகளுடன் எலும்பும் தோலுமாக நூற்றுக் கணக்கில் இப்படி தூக்கில் தொங்கும் உடல்களுக்கு இடையே புகுந்து சென்றுதான் மற்ற அடிமைகள் வேலை செய்துக்கொண்டிருந்தார்கள் என்று ஒரு ஆவணம் குறிப்பிடுகிறது.

**மிட்டல்வெர்க் சுரங்க *V-2* ராக்கெட் தொழிற்சாலை**

மிட்டல்வெர்க் சுரங்கம்
*V-2* ராக்கெட்டின் பாகங்கள் பொருத்தும் இடம்
*Assembly line*

மிட்டல்வெர்க் சுரங்கத்தின் இரயில் பாதை

மிட்டல்வெர்க் சுரங்கத்திற்குள் தயாரித்து நிறுத்தப்பட்டிருக்கும் *V-2* ராக்கெட்

மற்றொரு புறம் மிட்டல்வெர்க் சுரங்கத்தின் வதை முகாமான டோராவிற்கு தினத் தோறும் ஆயிரக் கணக்கில் அடிமைகள் கொண்டுவரப்பட்டார்கள். இவர்கள் பெரும்பாலும் ஆஸ்விட்ஸ் மற்றும் கிராஸ்-ரோசன் வதை முகாம்களிலிருந்து கொண்டுவரப்பட்டவர்கள். நடத்தியும் குதிரை வண்டிகளிலும் இவர்களை அழைத்து வந்தார்கள் SS படையினர். வரும் வழியிலேயே இறந்துபோகும் அடிமைகளையும் குதிரை வண்டிகளில் அள்ளிப்போட்டுக்கொண்டுவந்து மிட்டல்வெர்க் இடுகாட்டில் குவியலாக போட்டு எரித்திருக்கிறார்கள்.

மிட்டல்வெர்க் ராக்கெட் தொழிற்சாலைக்கு போட்டியாக மிட்டல்வெர்கின் இடுகாடு கட்டிடம் நாளும் பொழுதும் பிணங்களை எரித்து தள்ளியிருக்கிறது. அப்படியிருந்தும் சுரங்கத்தில் இறக்கும் அடிமைகளின் உடல்கள் இடுகாட்டு கட்டிடத்திற்கு முன்பாக குவியலாக போடப்பட்டிருக்கிறது.

மிட்டல்வெர்க்-டோரா இடுகாடு கட்டிடம்

அடிமைகளின் உடல்களை தொடர்ச்சியாக எறிந்து சாம்பலாக்கிய எந்திரம்

சுரங்க அடிமைகளுக்கு கொடுக்கப்பட்டு வந்த கொஞ்ச நஞ்ச உணவும் மொத்தமாக நிறுத்தப்பட்டு வெறும் குடி தண்ணீர் மாத்திரமே கொடுக்கும் நிலைக்கு வந்து சேர்ந்தது மிட்டல்வெர்க் சுரங்க ராக்கெட் தொழிற்சாலை. அது கெடக்கு, வான் ப்ரான் ஒரு நாளைக்கு 200 ராக்கெட்கள் என்கிற இலக்கிலிருந்து ஒரு நாளைக்கு 900 ராக்கெட்கள் என்கிற எட்டவே முடியாத இலக்கிற்கு நகர்ந்தார். இந்நிலையில் வான் ப்ரான், SS படையின் மேஜராக *(SS-Sturmbannfuhrer)* நியமிக்கப்பட்டார். நாசிகளின் வதை முகாம்களை உருவாக்கியது SS படை என்பது இங்கே குறிப்பிடத்தக்கது. மேலும் மிட்டல்வெர்க்கின் வதை முகாமான டோராவிற்கும் *(Head of Mittelbau-Dora Planning Office)* அவர் தலைவராக நியமிக்கப்பட்டார்.

அந்த வருடத்தின் தொடக்கத்திலேயே (அதாவது 1945) ஹிட்லர், பெர்லினிலிருந்த அவருடைய நிலவரை சுரங்க அலுவலகத்திற்கு (Fuhrerbunker) நகர்ந்துவிட்டிருந்தார். கிழக்கிலும் மேற்கிலும் நேச நாடுகளின் படைகள், ஜெர்மன் படைகளை முறியடித்து கொஞ்சம் கொஞ்சமாக பெர்லினை நோக்கி முன்னேறிக் கொண்டிருந்தன. ஹிட்லர் தொடங்கி, நாசிகளின் அனைத்து முக்கிய தலைவர்களும் ஜெர்மனியின் வீழ்ச்சி தவிர்க்க முடியாத ஒன்று என்பதை உணர்ந்துவிட்டிருந்த நாட்கள் இவை.

வான் ப்ரானும் இதை உணர்ந்தேயிருந்தார். ராக்கெட் தொழில்நுட்பம் தொடர்பான தன்னுடைய அறிவை நிச்சயம் அமெரிக்கா வரவேற்கும் என்கிற நம்பிக்கை அவருக்கு இருந்தது. போரின் முடிவில் தன்னுடைய ராக்கெட் தொழில்நுட்ப அறிவை துருப்பு சீட்டாக பயன்படுத்திக்கொள்ளும் மனநிலைக்கும் அதற்கான முன்னேற்பாடுகளுக்கும் தயாராகிக்கொண்டிருந்தார் வான் ப்ரான். V-2 ராக்கெட் தொழில்நுட்பம் தொடர்பான கட்டுக்கட்டான ஆவணங்களை யார் கண்ணிலும் படாத பாதுகாப்பான இடத்தில் பதுக்கத் தொடங்கினார்.

இந்த நாட்களில் மிட்டல்வெர்கிற்கும் பெர்லினுக்குமாக அலுவல் காரணமாக வான் ப்ரான் தனக்கென்று வழங்கப்பட்டிருந்த காரில் சென்று வந்துகொண்டிருந்தார். (SS மேஜர்களுக்கு வழங்கப்படும் சலுகைகளில் ஒன்று ஓட்டுநருடன் கூடிய கார்). அப்படித்தான் மார்ச் 12, 1945 அன்று இரவும் அந்த காரில் பெர்லீனுக்கு சென்றுக்கொண்டிருந்தார் வான் ப்ரான். காரை ஓட்டிக்கொண்டிருந்த ஓட்டுனர் சற்றே கண்ணயர்ந்துவிட, இமை மூடி திறக்கும் நேரத்திற்கெல்லாம் கார் கட்டுப்பாட்டை இழந்து தாறுமாறாக சாலையில் ஓடி தலைக்குப்புற கவிழ்ந்தது.

ஓட்டுனர் சுயநினைவிழந்து கிடக்க, வான் ப்ரானுக்கு கை உடைந்துபோனது. உதவிக்கு ஆட்கள் இல்லாமல் பல மணி நேரம் கார் தலைக்குப்புற அப்படியே கிடந்தது. அவர்களின் நல்ல நேரம், வான் ப்ரானுடைய சகாக்களில் இருவர் – மிட்டல்வெர்க் சுரங்க தொழிற்சாலையின் டிசைனர் பெர்னார்ட் டெஸ்மான் (Bernhard Tessmann) மற்றும் ஆர்கிடெக்ட் ஹான்ஸ் லூஹர்சன் (Hannes Luhrsen) - அந்த சாலை வழியாக வந்துகொண்டிருந்தார்கள். கவிழ்ந்து கிடக்கும் காரை அடையாளம் கண்டுகொண்ட அவர்கள் அவசர அவசரமாக இராணுவ ஆம்புலன்சை அழைத்தார்கள்.

இராணுவ மருத்துவமனையில் அனுமதிக்கப்பட்ட வான் ப்ரான் படுத்த படுக்கையாக கிடக்க வேண்டிய நிலை ஏற்பட்டது. அந்த நாட்களில் அவரை மருத்துவமனையில் வந்து பார்த்த இருவர், வான் ப்ரானுக்கு மிக நெருக்கமான டெய்டர் ஹூசல் *(Dieter Huzel)* மற்றும் அவரை காப்பாற்றிய பெர்னார்ட் டெஸ்மான். அமெரிக்கப் படை பெர்லினை நோக்கி வேகமாக முன்னேறிக் கொண்டிருப்பதால் மிட்டல்வெர்க் ராக்கெட் தொழிற்சாலை எப்போது வேண்டுமானாலும் கைவிடப்படலாம் என்கிற செய்தியை வான் ப்ரானிடம் அவர்கள் கூறினார்கள்.

இப்படியொரு செய்தி எப்போது வேண்டுமானாலும் வரலாம் என்று எதிர்பார்த்திருந்த வான் ப்ரானுக்கு இது பெரும் அதிர்ச்சியாக இருக்கவில்லை. ஆனாலும் அவர் அதிர்ந்தார். அவருடைய அதிர்ச்சிக்கான காரணம் மிட்டல்வெர்க்கில் அவர் பதுக்கி வைத்திருந்த *V-2* ராக்கெட் தொடர்பான தொழில்நுட்ப ஆவணங்கள் தனக்கான துருப்பு சீட்டான அந்த ஆவணங்கள் நேச நாட்டு படைகளின் கைகளில் எக்காரணம் கொண்டும் கிடைத்துவிடக் கூடாது என்பதில் அவர் மிகவும் கவனமாக இருந்தார்.

நேச நாட்டு படைகளின் கைகளுக்கு எட்டாமல் மிக இரகசியமான இடம் ஒன்றில் *V-2* ராக்கெட் தொழில்நுட்ப ஆவணங்களை மறைத்து வைப்பதற்கு அந்த இருவரின் உதவியையும் நாடினார் வான் ப்ரான். கை உடைந்து படுத்த படுக்கையாக இருக்கும் நிலையில் தன்னால் அதை செய்ய முடியாது என்பதால், அந்த ஆவணங்களை படு இரகசியமான அதே சமயத்தில் பாதுகாப்பான இடத்தில் இருவரும் மறைத்து வைத்தால் அமெரிக்கர்களுடன் தான் ஒரு உடன்பாட்டிற்கு வரும்போது இவர்களுக்கும் சேர்த்து ஒரு விடிவை ஏற்படுத்துவதாக கூறினார் வான் ப்ரான். நேச நாட்டுப் படைகளின் கைகளில் சிக்கினால், போர் குற்றம் சுமத்தப்பட்டு ஒன்று தூக்கு கயிறு அல்லது சிறைச்சாலை என்பதை நன்கு உணர்ந்திருந்த அந்த இருவரும் வான் ப்ரானுக்கு உதவுவதன் மூலம் போர் குற்றச்சாட்டிலிருந்து தப்பும் அந்த வாய்ப்பை சட்டென்று பிடித்துக்கொண்டார்கள்.

மார்ச் *23, 1945* அன்று இரண்டாம் உலகம் போரின் மற்றொரு மைல்கல் காலடியை எடுத்து வைத்தார் பிரிட்டிஷ் பீல்ட் மார்ஷல் பெர்னார்ட் மோன்டோகேமேரி *(British Field Marshal Bernard Montgomery)*. அவர் தலைமையிலான பிரிட்டிஷ் மற்றும் நேச நாட்டு படை ரைன் நதியை கடந்து பெர்லின் நகருக்குள் நுழைந்தது. ஆப்ரேஷன் ஆல்சோஸ்

மற்றும் *CIOS* உட்பட நாம் மேலேப் பார்த்த பல இரகசிய குழுக்களும் ரைன் நதியை கடந்து பெர்லினுக்குள் நுழைந்தன.

மிட்டல்வெர்க் சுரங்க ராக்கெட் தொழிற்சாலை மற்றும் வதை முகாம் அடிமைகளின் விடிவு காலம் தொடும் தூரத்திலேயே இருந்தது. இருந்தும் மார்ச் *27*-ம் தேதி வரை அவர்கள் தொடர்ச்சியாக ராக்கெட்களை தயாரித்துக்கொண்டிருந்தார்கள். அந்த நேரத்தில் மிட்டல்வெர்க் சுரங்க தொழிற்சாலையின் மொத்த பலி எண்ணிக்கை சுமார் *60,000*. மிட்டல்வெர்க்கின் தலைமை பொறுப்பிலிருந்த மேஜர் ஜெனரல் டோன்பெர்கருக்கு ஏப்ரல் *1* அன்று அவசர தகவல் ஒன்று வந்து சேர்ந்தது. தகவலை அனுப்பியிருந்தவர் மிட்டல்வெர்க்கின் ஆர்கிடெக்ட் கோனல் கெம்லர்.

மிட்டல்வெர்க் சுரங்க தொழிற்சாலையையும் அதனை சேர்ந்த வதை முகாம்களையும் உடனடியாக கைவிட்டுவிட்டு அந்த இடத்தை விட்டு வெளியேறிவிடும்படி கூறியது அந்த செய்தி. செய்தியுடன் கூடவே ஒரு பட்டியலும் அனுப்பப்பட்டிருந்தது. டோன்பெர்கர் மற்றும் வான் ப்ரான் உட்பட மிட்டல்வெர்க் தொழிற்சாலையை சேர்ந்த மிக முக்கிய *500* ராக்கெட் விஞ்ஞானிகள் மற்றும் என்ஜினியர்களின் பெயர்கள் அந்த பட்டியலில் குறிப்பிடப்பட்டிருந்தது.

இவர்கள் அனைவரும் உடனடியாக மிட்டல்வெர்க்கிற்கு அருகிலிருக்கும் பெலிச்சரோட் *(Belicherode)* நகருக்கு சென்று அங்கு

இரயில் நிலையத்தில் நிறுத்திவைக்கபட்டிருக்கும் இரயிலில் ஏறிக்கொள்ளும்படி கட்டளையிடப்பட்டிருந்தது.

வென்ஜென்ஸ் எகிஸ்பிரஸ் *(Vengeance Express)* என்று பெயரிடப்பட்டிருந்த அந்த இரயில், இந்த *500* பயணிகளையும் ஏற்றிக்கொண்டு *400* மைல்கள் தெற்கில் பயணித்து பவேரியன் ஆல்ப்ஸ் *(Bavarian Alps)* மலைப் பகுதியிலிருந்த இரகசிய மறைவிடத்திற்கு செல்ல தயாராக நிறுத்தி வைக்கப்பட்டிருந்தது. கையில் மாவு கட்டுடன் படுத்த படுக்கையாக இருந்த வான் ப்ரானால் இந்த இரயிலில் பயணிக்க முடியாது என்பதால் அவருக்கு தனியாக கார் ஒன்று ஏற்பாடு செய்யப்பட்டது.

வான் ப்ரான் உதவி கேட்டிருந்த டெய்டர் ஹூசல் மற்றும் பெர்னார்ட் டெஸ்மான் இருவரின் பெயர்களும் அந்த பட்டியலில் இருந்தாலும் அவர்கள் உடனடியாக மிட்டல்வெர்க் சுரங்க தொழிற்சாலையை விட்டு கிளம்பவில்லை. வான் ப்ரானுடைய துருப்பு சீட்டு திட்டத்தை அவர்கள் மேஜர் ஜெனரல் டோன்பெர்கரிடம் கூற, வான் ப்ரானுடைய ஆவணங்களை இரகசிய இடத்தில் பதுக்கும் வரை அவர்கள் மிட்டல்வெர்க் சுரங்க தொழிற்சாலையில் தங்குவதற்கான அனுமதியை வழங்கிவிட்டு மேஜர் ஜெனரல் டோன்பெர்கர் தன்னுடைய உதவியாளர்கள் மற்றும் அலுவலகப் பணியாளர்கள் படை சூழ பிரத்தியேக கார்களில், பவேரியன் ஆல்ப்ஸ் இரகசிய தங்குமிடத்திற்கு புறப்பட்டார்.

வான் ப்ரானுடைய ராக்கெட் தொழில்நுட்ப ஆவணங்களை, டெய்டர் ஹூசலும் பெர்னார்ட் டெஸ்மானும் எந்த இரகசிய இடத்திலும், எப்படி மறைத்து வைத்தார்கள்?

பார்ப்போம்.

# இக்னீஷியன்.....லிப்ட் ஆப்

***மார்ச் 4, 2000***
**பீயல் ஏரோஸ்பேஸ் டெக்னாலஜிஸ்**
**மெக்கிரிகோர், டெக்சாஸ், அமெரிக்கா**

*நாசா என்ஜினியர்கள் பட்டாளம், பென்டகன் மற்றும் வாசிங்டன்னை சேர்ந்த அரசு ஊழியர்கள் அவர்களுடைய குடும்பங்கள், பீயல் ஏரோஸ்பேஸ் ஊழியர்கள் அவர்களுடைய குடும்பங்கள், மீடியா நிருபர்கள் என்று நூற்று கணக்கில் மெக்கிரிகோர் பகுதியில் அமைந்திருந்த பீயல் ஏரோஸ்பேஸ் நிறுவனத்தின் ராக்கெட் சோதனை அரங்கிற்கு (engine test facility) அருகே ஆட்கள் கூடியிருந்தார்கள்.*

*பீயல் ஏரோஸ்பேஸ் உருவாக்கிக்கொண்டிருந்த BA-2 ராக்கெட்டினுடைய இரண்டாம் நிலை (Stage 2 engine) என்ஜினான BA-810-னுடைய இறுதி மற்றும் மூன்றாம் கட்ட சோதனை ஓட்டத்தை காணவே இந்த கூட்டம். அமெரிக்காவில் அதுவரை தயாரிக்கப்பட்டிருந்த ராக்கெட் என்ஜின்களிலேயே இரண்டாம் மிகப் பெரிய ராக்கெட் என்ஜின் இது.*

*அரசுகளின் பண முதலீட்டில் மாத்திரமே ராக்கெட் இயந்திரங்களை தயாரிக்க முடியும் என்கிற நிலையை மாற்றி தனியார் கார்பரேட் நிறுவனம் ஒன்றினால் கூட, முழுக்க முழுக்க தன்னுடைய சொந்த பணத்தை முதலீடு செய்து ராக்கெட்களை தயாரிக்க முடியும் என்பதை முதன் முதலில் அமெரிக்காவிற்கு அறிவத்த ராக்கெட் என்ஜின் இந்த BA-810. இந்த என்ஜினை உருவாக்க ஆன்டி பீயல் சுமார் 200 மில்லியன் டாலர்களை வாரி இறைத்திருந்தார்.*

*உண்மை நிலை என்னவென்றால் மிக குறைந்த செலவில் தயாரிக்கப்பட்ட மிகப் பெரிய ராக்கெட் இந்த BA-810. இதைவிட*

குறைவான செயல் திறனும் உருவமும் கொண்ட ராக்கெட்களை தயாரிக்க போயிங்கும், லாக்ஹீட் மார்டினும், மெக்டோனல் டக்ளசும் பல நூறு மில்லியன்களை டாலர்களை *(600 – 700 million dollars)* காலி செய்துக்கொண்டிருந்தன. அனைத்தும் அமெரிக்க அரசின் பணம். நாசாவிற்கு தேவையான விண்வெளி தொடர்பான அனைத்து சாதனங்களையும் (ராக்கெட், செயற்கைக்கோள், விண்கலம்) இந்த மூன்று நிறுவனங்களும்தான் காலம் காலமாக தயாரித்து அளித்துக்கொண்டிருந்தன. இந்த மூவரைத் தவிர மற்ற எந்த ஒரு வெளி நிறுவனத்திற்கும் அரசின் இந்த ஒப்பந்தம் கிடைக்காது. கிடைக்கவும் விடாது இந்த மூன்று நிறுவனங்களும்.

அவைகளை பொறுத்தமட்டில் அரசின் விண்வெளி ஒப்பந்தங்கள் என்பது நினைத்த நேரத்தில் மில்லின் கணக்கில் பணத்தை கொடுக்கும் ஏ.டி.எம் மிஷின். பரிசோதனை, தரக் கட்டுப்பாடு, நம்பகத்தன்மை என்று விதம் விதமாக ஆட்டம் காட்டி ஒவ்வொரு விண்வெளி ஒப்பந்தத்தையும் பல வருடங்களுக்கு இழுத்தடித்து முடிந்தவரை பணம் பார்ப்பதே விண்வெளி தொழில் துறையின் வழக்கமான நடைமுறையாக இருந்தது.

அரை நூற்றாண்டு காலமாக இருந்து வந்த நடைமுறைக்கு ஒட்டுமொத்தமாக முற்றுப் புள்ளி வைத்தது பீயல் ஏரோஸ்பேஸ். சோதனை சட்டகத்தின் மீது பொருத்தப்பட்டிருந்த *BA-810* என்ஜின் வெற்றிகரமாக *30* நொடிகளுக்கு தன்னுடைய செயல்பாட்டை வெளிப்படுத்தியது. இதற்கு முன்பே இரண்டு முறை இந்த என்ஜின் வெற்றிகரமாக சோதித்து பார்க்கப்பட்டிருக்கிறது. அமெரிக்க ராக்கெட் வரலாற்றில் புதிய அத்தியாயங்கள் எழுதப்படுவதற்கான நேரம் வந்துவிட்டது என்பதை அறிவித்தது பீயல் ஏரோஸ்பேஸ்.

மனிதர்களை நிலவிற்கு அனுப்ப பயன்படுத்தப்பட்ட *F-1* ராக்கெட்களுக்கு அடுத்து மிகப் பெரும் செயல்திறன் கொண்டதாக *BA-810* உருவாக்கப்பட்டிருந்தது. இதன் உந்து சக்தி *8,10,000* பவுண்ட்கள் மற்றும் *6.7* மில்லியன் குதிரைசக்தி கொண்டது. மேலும் *1930*-களிலேயே கைவிடப்பட்டுவிட்ட ஹைடிரஜன் பெர்ராக்சைடை *(Hydrogen peroxide)* தன்னுடைய எரிபொருளாக பயன்படுத்திக்கொண்டது. இதன் அட்டகாசமான உந்து சக்திக்கு இந்த திரவ எரிபொருளே காரணம்.

தொன்னூறுகளில் அமெரிக்க விண்வெளித் துறையில் நிகழ்ந்துகொண்டிருந்த மாற்றங்களே ஆன்டி பீயலை ராக்கெட்

தயாரிப்பை நோக்கி திருப்பியது. இனி வரும் நாட்களில் விண்வெளித் துறையில் மிகப் பெரும் தொழில் வாய்ப்புகள் இருப்பதை இரிடியம் திட்டம் நிருபித்துக்கொண்டிருந்த நேரம் அது. செயற்க்கைக்கோள் கூட்டம் திட்டத்தில் *(satellite constellation)* ஏற்கனவே அதிக தொழில் போட்டிகள் இருந்த காரணத்தால் அதை தவிர்த்துவிட்டு விண்வெளித் துறையின் வேறு எந்த பகுதியை கையிலெடுப்பது என்கிற யோசனையில் இருந்த சமயத்தில் பீயலின் கண்களில் பட்டது அந்த கட்டுரை.

தனியார் ராக்கெட் உற்பத்தியில் கொட்டிக் கிடக்கும் தொழில் வாய்ப்புகளை குறித்து விளக்கியிருந்தது அந்த கட்டுரை. அதற்கு அடுத்த இரண்டு வருடங்கள் ராக்கெட் தொழில் நுட்பம் குறித்து முழுமையாக அறிந்துகொள்வதில் தன்னுடைய நேரத்தை செலவிடத் தொடங்கினார் பீயல். ராக்கெட் அறிவியல் தொடர்பான புத்தகங்களை வாசிப்பது, அதில் ஏற்படும் தொழில் நுட்ப சந்தேகங்களுக்கு அது தொடர்பான என்ஜினியர்களிடம் கேட்டு தெளிவு பெறுவது, ராக்கெட் தொழில்நுட்ப விஞ்ஞானிகளை சந்திப்பது என்று தன்னை வளர்த்துக்கொண்ட பிறகு *1997*-ல் பீயல் ஏரோஸ்பேஸ் டெக்னாலஜீசை தொடங்கினார்.

மிகக் குறைந்த செலவில், மிகக் குறைந்த நாட்களில், அதிக செயல் திறனும் நம்பகத் தன்மையும் ராக்கெட்களை தயாரிப்பது என்பதே பீயலின் திட்டம். அமெரிக்காவின் மிகச் சிறந்த ராக்கெட் என்ஜினியர்கள் பீயல் ஏரோஸ்பேசில் பணியமர்த்தப்பட்டார்கள். மோதாதற்கு போயிங், லாக்ஹீட் மார்ட்டின் மற்றும் ஆர்பிட்டல் சயின்சஸ் நிறுவனங்களில் இருந்த மிகச் சிறந்த என்ஜினியர்களையும் பீயல் ஏரோஸ்பேசில் வலைத்துப்போட்டுக்கொண்டார்.

இரண்டாம் உலகப் போரின் போது அமெரிக்க இராணுவம் பயன்படுத்திய டெக்சாசின் மெக்கிரிகோர் *(McGregor)* கட்டிடங்களை தன்னுடைய பீயல் ஏரோஸ்பேஸ் டெக்னாலஜிஸ் நிறுவனத்திற்காக வாங்கிப்போட்டார் பீயல். *BA-2* ராக்கெட்டிற்கான என்ஜின்கள் தயாரிக்கும் பணி உடனடியாக தொடங்கப்பட்டது. ராக்கெட்டின் அனைத்து பரிசோதனை ஓட்டங்களையும் முடித்து *2004*-ல் சந்தைக்கு கொண்டு வந்துவிடவேண்டும் என்று இலக்கு நிர்ணயிக்கப்பட்டது.

ராக்கெட் என்றால் ஏவுதளம் இல்லாமல் எப்படி. தயாரிக்கப்படும் *BA-2* ராக்கெட்டை விண்ணில் ஏவி சோதனை செய்து பார்ப்பதற்கும்

பிற்பாடு பீயல் ஏரோஸ்பேஸ் டெக்னாலஜிஸ் நிறுவனத்தின் ஏவுதளமாகவும் பயன்படுத்துவதற்கான இடத்தை தேடும் படலம் தொடங்கியது. மேற்கிந்திய தீவுகளுக்கு அருகில் கரீபியன் கடலில் தனித்திருக்கும் தீவுகளில் ஒன்றான சோம்ப்ரேரோ தீவு *(Sombrero Island)* ஏவுதளம் அமைப்பதற்கு தேர்வு செய்யப்பட்டது. இந்த தீவை பீயல் ஏரோஸ்பேஸ் நிறுவனத்தின் சார்பில் 98 வருடங்களுக்கு மொத்த குத்தகைக்கு எடுத்தார் பீயல்.

நிர்ணயிக்கப்பட்ட இலக்கிற்கு முன்பாகவே BA-2 ராக்கெட் சந்தைக்கு வந்துவிடக் கூடும் என்கிற வேகத்தில் தயாரிப்பு பணிகள் நடந்தன. தொடக்கத்தில் பீயல் ஏரோஸ்பேஸ் நிறுவனத்தை ஏகபோகங்கள் (போயிங், லாக்ஹீட் மார்டின் மற்றும் டக்ளஸ் நிறுவனங்கள்) பெரிதாக கண்டுக்கொள்ளவில்லை. பணத்தை மலையாக குவித்துவைத்து அதன் மேல் உட்கார்ந்திருந்தாலும் ராக்கெட் தயாரிப்பு என்று வந்துவிட்டால் இறுதியில் திவால்தான் என்கிற மிதப்பில் அவை இருந்தன.
ராக்கெட் தயாரிப்பில் கையை சுட்டுக்கொண்டு தானாகவே நிறுவனத்தை இழுத்து மூடிவிட்டு ஓடிவிடுவார் பீயல் என்பதே அவற்றின் எதிர்பார்ப்பு. தாங்கள் ராக்கெட் தயாரிக்கும் நடைமுறையை மனதில்கொண்டு அவை பீயல் ஏரோஸ்பேஸ் டெக்னாலஜிசை எடைப்போட்டன. மிகச் சரியாக இங்கேதான் பீயல் தன்னுடைய தொழில் சாமர்த்தியத்தை காட்டியிருந்தார்.

எக்காரணம் கொண்டும் வழக்கத்திலிருக்கும் ராக்கெட் தயாரிக்கும் நடைமுறைகளை தன்னுடைய ராக்கெட் தயாரிப்பில் பின்பற்றிவிடக் கூடாது என்பதில் தொடக்கத்திலிருந்தே மிகத் தெளிவாக இருந்தார் பீயல். ராக்கெட் தயாரிப்பில் சிக்கனமான அதே சமயத்தில் செயல் திறன் மிக்க மாற்று வழிமுறைகளை எந்த என்ஜினியர் முன் வைத்தாலும் அதை இருகரம் கொண்டு வரவேற்றது பீயல் ஏரோஸ்பேஸ் டெக்னாலஜிஸ். அவற்றில் முக்கியமானது மறு உபயோகத்திற்கு பயன்படும் ராக்கெட்ஸ் *(reusable rockets)*.

பொதுவாக ராக்கெட்களை ஒருமுறை விண்ணில் ஏவிவிட்டால் அவற்றை மீண்டும் அலுங்காமல் குலுங்காமல் பூமிக்கு கொண்டு வருவது மிகவும் சிக்கலான காரியம். இதை புரிந்துகொள்ள நாம் ராக்கெட்களை குறித்து கொஞ்சம் அறிமுகம் செய்துகொள்வது அவசியமாகிறது. நாம் முன்பே பார்த்ததைப் ராக்கெட்கள், மனிதர்களையும், செயற்க்கைகோள்களையும் விண்வெளிக்கு அனுப்புவதற்கு பயன்படும் வாகனம். விண்வெளியில் அடைய

வேண்டிய தொலைவைப் பொறுத்து ஒரு நிலை அல்லது பல நிலைகள் கொண்ட ராக்கெட் பயன்படுத்தப்படும்.

உதாரணமாக நிலவிற்கு மனிதர்களை அனுப்பிய சாட்ரன் *V (Saturn V)* ராக்கெட் மூன்று நிலைகளை கொண்டது. அதாவது மூன்று ராக்கெட்களை ஒன்றின் மீது ஒன்றாக கொண்டது. எதற்கு மூன்று ராக்கெட்களை ஒன்றின் மீது ஒன்றாக வைக்கவேண்டும்? ஒரே ராக்கெட்டே போதாதா என்றால்? தாராளமாக போதும் ஆனால் ஒரு நிலை ராக்கெட்கள் விண்வெளியில் குறைந்த தொலைவையே அடைய முடியும். லோ எர்த் சுற்று வட்டப்பாதையை அடைய ஒரு நிலை ராக்கெட்கள் போதுமானதாக இருக்கும். அதற்கு மேற்கொண்ட தொலைவை அடைய மூன்று நிலைகொண்ட ராக்கெட்கள் தேவை.

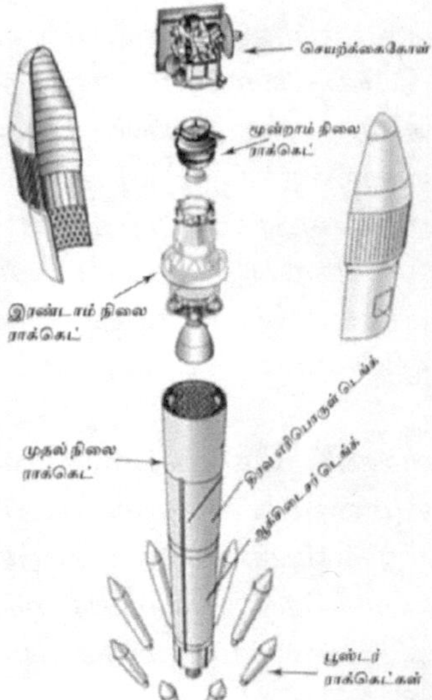


ஒரு நிலை ராக்கெட்டை பார்ப்போம். ராக்கெட்டின் மேல் பகுதியில் *(nose or cone of the rocket)* விண்வெளிக்கு அனுப்பவேண்டிய செயற்கைக்கோள் அல்லது மனிதர்கள் இருப்பார்கள். விண்வெளிக்கு அனுப்பப்படும் செயற்கைக்கோளையோ அல்லது மனிதர்களையோ பேலோட் *(payload)* என்பார்கள். லோ எர்த் சுற்று வட்டப்பாதையை அடைந்ததும் ராக்கெட்டானது தன்னுடைய தலை பகுதியை தனியாக பிரித்துவிட்டு விடும். இதை செப்பரேஷன் *(separation)* என்பார்கள். பேலோடை பிரித்துவிட்டதும் ராக்கெட்டானது புவி ஈர்ப்பு விசையின் காரணமாக மீண்டும் பூமியை நோக்கி விழத் தொடங்கும். அதன்

எரிபொருள் அனைத்தும் எரிந்து தீர்ந்துவிட்டிருக்கும் என்பதால் அது படு வேகமாக பூமியை நோக்கி விழும்.

வளி மண்டல உராய்வுகள் மற்றும் வீழும் வேகத்தின் காரணமாக பூமியின் மேற்பரப்பிலேயே ராக்கெட் எறிந்து சாம்பலாகிடும். அதை உருவாக்க செலவழிக்கப்பட்ட பல மில்லியன் டாலர்களும் அதனுடன் சேர்ந்து எரிந்து சாம்பலாகிவிடும். ஆக ஒருமுறை பயன்படுத்தப்பட்ட ராக்கெட்டை மீண்டும் பயன்படுத்த முடியாது. புதிய செயற்கைகோள்களை விண்வெளிக்கு அனுப்பவேண்டுமானால் புதிதாக மீண்டும் ஒரு ராக்கெட்டை தயாரிக்கவேண்டும். மீண்டும் பல மில்லியன்கள் அழ வேண்டும். அமெரிக்க ஏகபோக நிறுவனங்களான போயிங், லாக்ஹீட் மார்டின் மற்றும் டக்ளஸ் நிறுவனங்களுக்கு விண்வெளி தொழிலில் பணம் கொட்டியதற்கு காரணமும் இதுதான்.

ஒருமுறை பயன்படுத்தப்பட்ட ராக்கெட்டை வீணாக வானில் எறித்து சாம்பலாக்குவதைவிட அதை மீண்டும் பத்திரமாக பூமிக்கு கொண்டுவரும் தொழில்நுட்பத்தின் மூலம் பல மில்லியன் டாலர்களை சேமிக்க முடியும் என்பதால் அவற்றை பத்திரமாக தரையிறக்கும் தொழில் நுடபங்கள் குறித்து 1960-கள் முதலே பேசப்பட்டு வந்தது. ஏகபோக நிறுவனங்கள் மிக பத்திரமாக அத்தகைய தொழில்நுட்பங்கள் அடுத்தக் கட்டத்தை நோக்கி நகர்ந்துவிடாமல் பார்த்துக்கொண்டன.

ஒரு ராக்கெட்டை தயாரித்து அதை மீண்டும் மீண்டும் பயன்படுத்துவதில் கிடைக்கும் இலாபத்தை விட ஒவ்வொரு முறையும் புதிய ராக்கெட்டை தயாரிப்பதிலேயே பணம் வானத்தை பொத்துக்கொண்டு கொட்டும் என்பதால் மீண்டும் பயன்படுத்தக் கூடிய ராக்கெட்களை *(reusable rockets)* தயாரிக்கும் தொழில்நுட்பங்கள் அமுக்கியே வைக்கப்பட்டன.

பீயல் ஏரோஸ்பேஸ் நிறுவனம் மீண்டும் பயன்படுத்தக் கூடிய ராக்கெட்களை தயாரிப்பதற்கான முன்னோட்டமாகவே தன்னுடைய *BA-2* ராக்கெட்டை உருவாக்கிக்கொண்டிருந்தது. மிக குறைந்த விலையில் ஒரு ராக்கெட்டை தயாரித்து தொலைத் தொடர்பு நிறுவனங்களுக்கு அந்த ராக்கெட்டை வாடகைக்கு விடுவதே பீயலின் எதிர்கால திட்டமாக இருந்தது. பீயலின் ராக்கெட்டை வாடகைக்கு எடுக்கும் தொலைத் தொடரபு நிறுவனங்கள் தங்களுடைய செயற்கைக்கோள்களை விண்வெளிக்கு அனுப்பும்.

பீயலின் ராக்கெட்கள், குறிப்பிட்ட சுற்று வட்டப்பாதையில் செயற்கைக்கோள்களை நிலை நிறுத்திவிட்டு மீண்டும் பத்திரமாக தரையிறங்கிவிடும். இதனால் ஒவ்வொரு முறையும் பல மில்லியன்களை கொட்டி புதிது புதிதாக ராக்கெட்களை தயாரித்துக்கொண்டிருக்காமல் ஒருமுறை முதலீடு செய்து ஒரு ராக்கெட்டை தயாரித்து அதை பலமுறை வாடகைக்கு விட்டு மில்லியன்களில் இலாபம் பார்ப்பது பீயல் ஏரோஸ்பேஸ் டெக்னாலஜிசின் பிசினஸ் மாடால இருந்தது.

மிகச் சரியாக ஜெப் பேசோசின் புளூ ஆரிஜின் நிறுவனமும் எலன் மஸ்கின் ஸ்பேஸ் எக்ஸ் நிறுவனும் பீயலின் இந்த பிசினஸ் மாடலைத்தான் இன்றைக்கு தங்களுடைய பிசினஸ் மாடலாக பயன்படுத்துகின்றன. ஆனால் அன்றைக்கு இந்த பிசினஸ் மாடல் ஏகபோக நிறுவனங்களின் வயிற்றில் பயத்தை உண்டாக்கியது. அதுநாள் வரை எத்தகைய போட்டியும் இல்லாமல் தாங்கள் அனுபவித்து வரும் ஏகபோக சுகத்தை இழந்து, பத்தோடு ஒன்று பதினொன்றாக மற்ற தனியார் ராக்கெட் தயாரிப்பு நிறுவனங்களுடன் இலாபத்திற்கு போட்டிப் போட அவை விரும்பவில்லை.

விளைவு பீயல் ஏரோஸ்பேஸ் டெக்னாலஜிசின் ராக்கெட் தயாரிப்பு முற்றிலுமாக முடக்கப்பட்டது. தொடங்கிய மூன்றே வருடங்களுக்குள்ளாக வெற்றிகரமான மூன்று நிலை ராக்கெட்டை உருவாக்கியிருந்த பீயல் ஏரோஸ்பேஸ் டிசம்பர் 2000-த்தில் முற்றிலுமாக தன்னுடைய செயல்பாடுகளை நிறுத்திக்கொண்டது. அரசியல் சித்து விளையாட்டுகளின் காரணமாக கழுத்து இறுக்கப்பட்டு முடக்கப்பட்டது என்பதே சரியாக இருக்கும்.

அமெரிக்க ராக்கெட் வரலாற்றில் முழுக்க தனியார் நிறுவன முதலீட்டில் தயாரிக்கப்பட்ட ராக்கெட் பீயல் ஏரோஸ்பேஸ் டெக்னாலஜிசின் BA-2 ராக்கெட் என்கிற சிறப்புடன் அந்த ராக்கெட் தன்னுடைய மூச்சை நிறுத்திக்கொண்டது. பீயல் ஏரோஸ்பேஸ் நிறுவனத்திற்கு மறைமுக அரசியல் அழுத்தங்கள் கொடுக்கப்பட்டுக்கொண்டிருந்த நாட்களில் (செப்டம்பர் 2000) அமெரிக்காவின் மற்றொரு நகரில் மிக இரகசியமாக புதிய தனியார் ராக்கெட் நிறுவனம் ஒன்று உருவெடுத்தது. அது ஜெப் பேசோசின் புளூ ஆரிஜின் (Blue Origin).

ஜெப் பேசோசுக்கும் விண்வெளிக்குமான தொடர்பு அவருடைய பள்ளிப் பருவத்திலிருந்தே தொடங்கிவிடுகிறது. அவருடைய பள்ளி

நாட்களின் போது நாசா நடத்திய கட்டுரைப் போட்டியில் அவர் எழுதிய கட்டுரையான "தி எபெக்ட் ஆப் ஜீரோ கிராவிட்டி ஆன் தி ஏஜிங் ரேட் ஆப் தி காமன் ஹவுஸ் பிளை *(The Effect of Zero Gravity on the Aging Rate of the Common Housefly)*" நாசாவின் மார்ஷல் ஸ்பேஸ் பிளைட் சென்டரை *(Marshall Space Flight Center)* சுற்றிப் பார்ப்பதற்கான அனுமதியை பெற்றுத் தந்தது.

இந்த மார்ஷல் ஸ்பேஸ் பிளைட் சென்டரில்தான், வான் ப்ரான் *F-1* ராக்கெட் என்ஜினை உருவாக்கியது. இந்த என்ஜினே சாட்ரன் *V (Saturn V)* ராக்கெட்டில் பொருத்தப்பட்டு நிலவிற்கு அனுப்பப்பட்டது. இந்த ஸ்பேஸ் சென்டரில் இரண்டு நாட்கள் சுற்றிப் பார்த்து கழித்த தருணங்கள் பேசோஸ் மனதில் ராக்கெட் மற்றும் விண்வெளி ஆய்வுகள் குறித்த ஆழமான தாக்கத்தை ஏற்படுத்தியது. பள்ளிப் பருவத்தில் தொடங்கிய தாக்கம் கல்லூரி நாட்களில் ஆழமாக வேரூன்றி கிளை பரப்பிவிட்டது. இதற்கான முதலும் முற்றிலுமான காரணம் ஜெரார்ட் ஓ நெயில் *(Gerard O'Neil)*.

பிரின்ஸ்டன் பல்கலைக்கழகத்தின் *(Princeton University)* இயற்பியல் பேராசிரியர்களில் ஒருவர் ஜெரார்ட் ஓ நெயில். இவருடைய புத்தகமான "தி ஹை பரான்டையர் ஹூயுமன் காலனிஸ் இன் ஸ்பேஸ் *(The High Frontier: Human Colonies in Space)*" அமெரிக்க விண்வெளி துறையை கலக்கிய புத்தகம். புத்தகம் வெளிவந்தது *1977*-ல். விண்வெளியில் எப்படி மனிதர்கள் வசிப்பதற்கான காலனிகளை உருவாக்குவது என்பதை பற்றி பேசும் புத்தகம் இது. அறிவியல் புனைவு கதை புத்தகமாக்கும் என்று நினைத்துவிட வேண்டாம். இயற்பியல் கோட்பாடுகளை அடிப்படையாக கொண்ட புத்தகம்.

பூமிக்கும் நிலவுக்கும் இடையே ஒரு உருளையை விண்வெளியில் மிதக்க விட்டு அதில் பூமியில் இருப்பது போன்ற ஒரு நிலப்பகுதியை உருவாக்கி அதில் மனிதர்களை குடியேற்றும் திட்டத்தை இயற்பியல் கோட்பாடுகளின் அடிப்படையில் செயல் விளக்கமாக இந்த புத்தகத்தில் எழுதியிருந்தார் நெயில். அமெரிக்க விண்வெளி ஆர்வலர்களுக்கு பெரும் புத்துணர்ச்சியை மீட்டுக் கொண்டு வந்தது இந்த புத்தகம்.

நிலவுக்கு மனிதர்களை அனுப்பிய பிறகு அமெரிக்க அரசாங்கத்திற்கு விண்வெளி ஆய்வுகள் மீதிருந்த ஈர்ப்பு கொஞ்சம் கொஞ்சமாக குறையத் தொடங்கியது. இதன் காரணமாக விண்வெளி துறைக்கு ஒதுக்கப்பட்ட

பட்ஜெட்டிலும் தொடர்ந்து கை வைக்கப்பட்டது. பொது மக்களின் கவனத்தை ஈர்க்கும்படியான விண்வெளி தொடர்பான எத்தகைய புதிய திட்டங்களும் அறிவிக்கப்படவில்லை. விண்வெளி குறித்த பொது மக்களின் ஆர்வமும் கட்டெறும்பாக தேய்ந்துபோனது. இந்த வெற்றிடத்தை கனக்கச்சிதமாக பூர்த்தி செய்தது ஜெரார்ட் ஓ நெயிலின் விண்வெளி உருளை காலனி.

ஜெரார்ட் ஓ நெயிலின் உருளை விண்வெளி காலனியை சித்தரிக்கும் ஓவியம்

செவ்வாயிலும் *(Mars)* சந்திரனிலும் *(Moon)* மனிதர்கள் வசிப்பதற்கான குடியேற்றங்களை உருவாக்குவதற்கு பதிலாக கோள்களுக்கு இடையிலான விண்வெளியின் வெற்றுப் பகுதியில் ஒரு உருளையை உருளவிட்டு அதில் புதிய உலகை உருவாக்குவது என்பது அதுவரை விஞ்ஞானிகள் சிந்தித்திராத கோணமாக இருந்தது. இந்த கோணமே அன்றைய பல விண்வெளி ஆர்வலர்களை ஈர்க்கும் கோணமாகவும் அமைந்தது. அப்படி ஈர்க்கப்பட்டவர்களில் ஜெப் பேசோசும் ஒருவர். பழம் நழுவி பாலில் விழும் கதையாக ஜெரார்ட் ஓ நெயில் பேராசிரியராக இருந்த அதே பிரின்ஸ்டன் பல்கலைக்கழகத்தில்தான் ஜெப் பேசோசும் படித்துக்கொண்டிருந்தார்.

பல்கலைக்கழகத்தில் தன்னுடைய விண்வெளி உருளை காலனி தொடர்பாக ஜெரார்ட் ஓ நெயில் ஏற்பாடு செய்யும் கருத்தரங்குகளில் தவறாமல் கலந்துகொள்வது ஜெப் பேசோசின் கடமைகளில் ஒன்றாக இருந்தது. மேலும் பல்கலைக்கழகத்தில் செயல்பட்டுவந்த *SEDS (Students for the Exploration and Development of Space)* சங்கத்தின் தலைவராகவும் இருந்தார் பேசோஸ். கல்லூரி மற்றும் பல்கலைக்கழக மாணவர்களிடையே விண்வெளி ஆய்வுகள் தொடர்பான ஈடுபாட்டை

வளர்த்தெடுப்பது இந்த சங்கத்தின் முக்கிய பணி. தொடக்கத்தில் இயற்பியல் துறையை பேசோஸ் தேர்வு செய்திருந்தாலும் பின்னர் கம்பியூட்டர் துறையில் தன்னுடைய மேற்படிப்பை மாற்றிக்கொண்டார். இருந்தும் பல்கலைக்கழகத்தில் விண்வெளி தொடர்பாக எந்த ஒரு நிகழ்வு நடைப்பெற்றாலும் அதில் தவறாமல் கலந்து கொள்வது பேசோசின் அதி தீவிர பழக்கமாகவே இருந்தது.

பல்கலைக்கழக SEDS சங்க கூட்டங்களில் பேசோஸ் ஆர்வமாக பேசும் தலைப்பு, விண் கற்களை (Asteroids) எப்படி மனிதர்கள் வசிப்பதற்கான நிலப்பகுதியாக மாற்றுவது என்பது தொடர்பானது. விண் கற்களை மனிதர்கள் வசிப்பதற்கான இடமாக மாற்றுவதை குறித்து 1950-களிலேயே டேன்டிரிட்ஜ் கோல் (Dandridge Cole) விளக்கியிருந்தார். விண் கற்களின் மேற்பகுதியில் துளையிட்டு (சூரிய வெப்பத்தை விண்கற்களின் மீது குவிப்பது மூலம்) அந்த துளைக்குள் ஒரு பெரும் டங்ஸ்டன் குழாயை இறக்குவது.

பின்னர் அந்த குழாயில் தண்ணீரை ஊற்றி நிரப்புவது. விண்கற்களின் மையப்பகுதியில் இருக்கும் நெருப்பு குழம்பானது குழாயிலிருக்கும் தண்ணீரை ஆவியாக மாற்றும். மேலேழும் நீராவி விண்கற்களை பலூன் போல உப்ப வைக்கம். மனிதர்கள் வாழ்வதற்கான இடம் தயார். கேட்க நகைப்பிற்குரிய சங்கதியாகத்தானே தோன்றுகிறது. “கிருக்கனுங்களா இருப்பாங்ய போல” என்று கூட உங்கள் மனம் மெலிதாக புன்னகைக்கலாம்.

ஆனால் விண்வெளியில் மனிதர்கள் வசிப்பதற்கான காலனிகளை உருவாக்குவதற்காகவே ஜெப் பேசோஸ் தன்னுடைய புளூ ஆரிஜின் நிறுவனத்தை உருவாக்கினார்.
இது எப்படி சாத்தியமாகும்?

பார்ப்போம்.

# ஆபரேஷன் பேப்பர் கிளிப்

***ஏப்ரல் 4, 1945***
**டோர்டன், ஹார்ஸ் மலை**
**ஜெர்மனி**

மிட்டல்வெர்க் சுரங்க ராக்கெட் தொழிற்சாலை அமைந்திருந்த ஹார்ஸ் மலையின் வடக்கு பகுதியில் இருக்கும் சிறிய கிராமம் டோர்ன்டன் *(Dornten)*. இரவு கவிழ்ந்து வெகு நேரம் ஆகியும் வீடுகளில் விளக்கு வெளிச்சம் இல்லை. கிராமமே கரிய இருட்டில் மயான அமைதியில் இருந்தது. அப்படித்தான் இருக்கவேண்டும் என்பது உள்ளூர் நாசி கட்சித் தலைவரின் (இவர்களுக்கு *Gauleiter* என்றுப் பெயர்) கட்டளை. இரவானதும் விளக்குகளை அனைத்துவிட்டு வீடுகளை விட்டு யாரும் வெளியே வரவேண்டாம் என்று சொல்லப்பட்டிருந்தது. தெளிவாக சொல்வதென்றால் ஊரடங்கு உத்தரவிடப்பட்டிருந்தது டோர்ன்டன் கிராமத்தில்.

பின்னிரவுப் பொழுதில் வெறிச்சோடிக் கிடந்த டோர்ன்டன் கிராம தெருவில் அதிக சத்தமெழுப்பாமல் இராணுவ டிரக் ஒன்று ஊர்ந்து வந்தது. டிரக்கின் முன் விளக்குகளும் முழுதாக அணைக்கப்பட்டு இருட்டோடு இருட்டாக அந்த டிரக் தெருவில் நகர்ந்துகொண்டிருந்தது. டிரக்கின் முன் இருக்கையில் டெய்டர் ஹூசலும் பெர்னார்ட் டெஸ்மானும் உட்கார்ந்திருந்தார்கள்.

டிரக்கின் பின்புறம் ஏழு ஜெர்மன் இராணுவ வீரர்கள் நின்றுக்கொண்டிருந்தார்கள். அவர்கள் அனைவரின் கண்களும் கட்டப்பட்டிருந்தது. டிரக் முழுவதும் பல மரப்பெட்டிகள். மரப்பெட்டிகளில் இருந்தது வான் ப்ரானுடைய *V-2* ராக்கெட்

தயாரிப்பு தொழில்நுட்ப ஆவணங்கள். மேலும் இரு டிரக்குகள் முன்னால் போய் கொண்டிருந்த டிரக்கை பின் தொடர்ந்து ஒன்றின் பின் ஒன்றாக வந்து கொண்டிருந்தன. அவைகளின் முன் விளக்குகளும் அணைக்கப்பட்டிருந்தது. அவற்றிலிருந்த இராணுவ வீரர்களின் கண்களும் கட்டப்பட்டிருந்தது. அவற்றிலும் பல மரப்பெட்டிகள் நிறைய *V-2* ராக்கெட் தயாரிப்பு தொழில்நுட்ப ஆவணங்கள்.

கிராமத்தின் தெருவை கடந்து சென்ற மூன்று டிரக்குகளும் ஊரின் முடிவிலிருந்த கைவிடப்பட்ட பழைய சுரங்கம் ஒன்றுக்கு முன்பாக போய் நின்றது. சுரங்கத்தின் வாயிலில் தயாராக ஒரு நாசி கட்சி நபர் நின்றுக்கொண்டிருந்தார். அந்த நபரின் பெயர் ஹெர் நெபிலங். டிரக்கிலிருந்து இறங்கிய ஹூசலும் டெஸ்மானும் அந்த நபருடன் கை குலுக்கிக்கொண்டார்கள். இராணுவ வீரர்களின் கண் கட்டுகள் அவிழ்க்கப்பட்டது. மூன்று டிரக்குகளிலும் இருந்த மரப் பெட்டிகளை அடுத்த ஒரு மணி நேரத்திற்குள்ளாக சுரங்கத்தின் சிறிய ரெயில் பெட்டி தொடருக்கு மாற்றினார்கள்.

வேலை முடிந்ததும் ரெயில் பெட்டிகள் இயக்கப்பட்டு *V-2* ராக்கெட் தயாரிப்பு தொழில்நுட்ப ஆவணங்கள் சுரங்கத்திற்குள் அனுப்பப்பட்டது. சுரங்கத்திற்குள் சுவருடன் சுவராக இருந்த அறை ஒன்றுக்குள் ஆவணப் பெட்டிகள் முழுவதும் அடுக்கி வைக்கப்பட்டது. எல்லாம் கச்சிதமாக முடிந்த பிறகு அறையின் கதவை மூடி சீல் வைத்தார்கள் ஹூசலும் டெஸ்மானும். அனைவரும் சுரங்கத்தை விட்டு வெளியே வந்தார்கள். சுரங்கத்தை மொத்தமாக மூடி மறைக்கும் விதமாக அதன் வாயிலில் பெரும் வெடி ஒன்று பொருத்தப்பட்டு வெடிக்க வைக்கப்பட்டது. சுரங்கம் இருந்த இடம் தெரியாமல் மலையோடு மலையாக மறைந்துபோனது.

இந்த விசயம் கண்டிப்பாக வேறு யாருக்கும் தெரியக் கூடாது என்று வான் ப்ரான், ஹூசலிடமும் டெஸ்மானிடமும் அழுத்தி சொல்லியிருந்தும் இருவரும் மற்றொரு நபரிடம் இந்த இரகசியத்தை கூறியிருந்தார்கள். அது கார்ல் பிளைஷ்யர் *(Karl Fleischer)*. மிட்டல்வெர்க் சுரங்கத் தொழிற்சாலையின் மேனேஜர்களில் ஒருவராக இருந்தவர். டோர்ன்டன் கிராமத்தை சேர்ந்தவர். நேச நாட்டுப் படைகள் சந்தேகத்திற்கிடமான வகையில் அந்த பகுதியில் சுற்றித்திருந்தால் தங்களுக்கு தகவல் சொல்வதற்கு இது உதவும் என்று இருவரும் இந்த இரகசியம் குறித்து கார்ல் பிளைஷ்யர் தெரிவித்திருந்தார்கள்.

அடுத்து வரயிருக்கும் ஒரு சில வாரங்களுக்குள்ளாகவே கார்ல் பிளைஷ்யர் தான் அறிந்திருக்கும் இந்த இரகசியத் தகவலை வைத்துக்கொண்டு அமெரிக்க இராணுவ அதிகாரிகளிடம் தன்னுடைய விடுதலைக்கு பேரம் பேசப் போகிறார் என்கிற விதியின் விளையாட்டை அறிந்துகொள்ளாமலேயே.

அந்த மாதத்தின் முடிவிற்குள்ளாகவே மேற்கில் அமெரிக்க மற்றும் பிரிட்டன் படைகளும், அவர்களுடன் வந்த இரகசிய குழுக்களும் மிட்டல்வெர்க் சுரங்க ராக்கெட் தொழிற்சாலையை நெருங்கிவிட்டிருந்தார்கள். ஆனாலும் மெர்ஸ் மலைப் பகுதியில் இப்படியொரு அதி முக்கிய, அவர்களுடைய இரகசிய குழுக்கள் தேடிக்கொண்டிருக்கும் ராக்கெட் தொழிற்சாலை இருக்கிறது என்பது அவர்களுக்கு தெரியாமலேயே இருந்தது.

கிழக்கில் ரஷ்ய படை பெர்லினுக்கு மிக அருகில் வந்துவிட்டிருந்தது. ஹிட்லர் மறைந்திருந்த புரர்பங்கர் இரகசிய நிலவரைக்கு ஒரு சில கிலோ மீட்டர்கள் தொலைவிலேயே அது இருந்தது. எந்த நேரத்திலும் ரஷ்ய படையிடம் போர் கைதியாக ஹிட்லர் பிடிபடலாம் என்கிற நிலை வந்து சேர்ந்தது. ரஷ்ய படைக்கு பின்னாலும் ரஷ்யாவை சேர்ந்த இரகசிய குழுக்கள் வந்து சேர்ந்தன. அந்த இரகசிய குழுக்களின் ஒரே நோக்கம் *V-2* ராக்கெட் தொழில்நுட்ப ஆவணங்களை கைப்பற்றுவது. மேலும் முடிந்தவரை *V-2* ராக்கெட் தயாரிப்பில் ஈடுபட்டிருந்த என்ஜினியர்களையும் விஞ்ஞானிகளையும் ரஷ்யாவிற்கு அழைத்து வருவது.

இந்த விசயத்தில் நல்ல நேரம் அமெரிக்க இரகசிய குழுக்கள் பக்கம் போய் சேர்ந்துகொண்டது. மிட்டல்வெர்க் சுரங்க தொழிற்சாலையை கைவிட்டு வான் ப்ரானுடைய பட்டாளம் மறைவிடத்திற்கு சென்ற அடுத்த நாள் அதாவது ஏப்ரல் *5, 1945* அன்று அதிகாலையில் காவலுக்கு நின்றுக்கொண்டிருந்த *145*-வது ரெஜிமெண்டை சேர்ந்த அமெரிக்க படை வீரர் ஜான் கேலியோனுக்கு *(John M Galione)*ஏதோ ஒன்று சரியாகப்படவில்லை. அவர் காவலுக்கு நின்றுக்கொண்டிருந்தது மிட்டல்வெர்க் சுரங்கத் தொழிற்சாலையிலிருந்து பல கிலோ மீட்டர்கள் தள்ளியிருந்த பகுதியில்.

போர்கைதிகளைஏற்றிக்கொண்டுஅவரைகடந்துசென்றஇரயில்ஒன்று பிண வாடையில் நிரம்பிய காற்றை அவர் பக்கமாக தள்ளிவிட்டபடி சென்றது. கடந்த சென்ற இரயில் அவர் மீது தள்ளிவிட்டு சென்ற

காற்று வந்த திசை அவருக்குள் சந்தேகத்தை கிளப்பியது. வதை முகாம் ஏதும் அந்த பகுதியில் மறைத்து வைக்கப்பட்டிருக்கலாம் என்பது அவருடைய சந்தேகத்திற்கான அடிப்படை. அந்த இரயில் பாதையை பின் தொடர்ந்து நடக்கத் தொடங்கினார் கேலியோன். அதிகாலை தொடங்கி ஒரு நாள் முழுக்க நடந்தும் அவருடைய கண்களில் ஏதும் தென்படுவதாக இல்லை.

இருந்தும் அவர் அந்த இரயில் பாதையை தொடர்ந்து செல்வதை நிறுத்தவில்லை. "நட நட நிக்காம நட" என்று ஏதோ ஒரு சக்தி தன் பின்புறத்திலிருந்து தன்னை முன்னோக்கித் தள்ளிக்கொண்டே இருந்ததாக ஐம்பது வருடங்கள் கழித்து இந்த சம்பவம் தொடர்பாக ஒரு நேர்காணலில் கேலியோன் குறிப்பிடுகிறார். பகலில் தொடர்ச்சியாக நடப்பது கடினமாக இருந்ததால் பகல் பொழுதுகளில் இரயில் பாதையின் அருகே கழித்துவிட்டு இரவு முழுவதும் தன்னுடைய நடையை தொடர்ந்தார்.

தொடர்ந்து ஐந்து நாட்கள் சுமார் 200 கிலோ மீட்டர்கள் நடந்த பிறகு ஏப்ரல் 10 அதிகாலையில் அந்த காட்சி கேலியோனின் கண்களில் பட்டது. கைவிடப்பட்ட சுரங்க ரெயில் பெட்டி முழுவதும் நிரப்பப்பட்டிருந்த பிணங்கள். சற்று தொலைவில் மேலும் குவியலாக பிணங்கள். அனைத்தும் மிட்டல்வெர்க் சுரங்க ராக்கெட் தொழிற்சாலையில் வேலை செய்து இறந்துபோன அடிமைகளின் உடல்கள். அதேதான் நேச நாட்டு படைகளின் கண்களில் படாமல் மறைத்து வைக்கப்பட்டிருந்த மிட்டல்வெர்க் சுரங்கத் தொழிற்சாலையைத்தான் கண்டுபிடித்திருந்தார் கேலியோன்.

அந்த இடத்தில் நாசிகள் என்ன செய்துகொண்டிருந்தார்கள் என்பது குறித்து கேலியோனுக்கு புரியவில்லை என்றாலும் ஏதோ பெரிய காரியத்தை மிக இரகசியமாக அந்த சுரங்கத்தில் செய்திருக்கிறார்கள் என்று அவருக்கு பொறித்தட்ட அந்த செய்தியை உடனடியாக அமெரிக்க படையின் உயரதிகாரிகளுக்கு தெரியப்படுத்தினார். களத்திலிருந்த அனைத்து அமெரிக்க படை தளபதிகளுக்கும் அந்த செய்தி மின்னல் வேகத்தில் தெரிவிக்கப்பட்டது. அவர்களின் வழி அமெரிக்க இரகசிய குழுக்களின் கைகளுக்கு அந்த செய்தி சென்று சேர்ந்தது.

இரகசிய குழுக்கள் வரைப் படங்களை விரித்து வைத்து கேலியோன் குறிப்பிட்ட பகுதியை தேட அது நார்டூசன் (Nordhauser) பகுதியில்

இருப்பதாக வரைப் படங்கள் காட்டின. நார்டுசன் பகுதி ஏற்கனவே சந்தேகத்திற்கு இடமான பட்டியலில் இடம்பெற்றிருந்தது. அடுத்த நாளே அமெரிக்க படைகளும் அமெரிக்க இரகசிய குழுக்களும் மிட்டல்வெர்க் சுரங்கத்தில் ஆஜராகிவிட்டன. சுரங்கத்திற்கு வெளியே பிணக் குவியல்கள் இருந்ததைப் போல சுரங்கத்திற்குள்ளும் பிணங்கள் இருந்தன. என்ன ஒரே வித்தியாசம் அந்த பிணங்கள் வரிசையாக சுரங்கப் பாதை வழி நெடுக கிடத்தப்பட்டிருந்தது.

கைவிடப்பட்டிருந்த ஆயிரக் கணக்கான அடிமைகளில் எலும்பும் தோலுமாக உயிரை கையில் பிடித்துக்கொண்டு எஞ்சியிருந்த நூற்றுக் கணக்கானவர்கள், உணவும் தண்ணீரும் இல்லாமல் செத்து விழுந்துகொண்டிருந்தவர்களை தூக்கி சென்று இப்படி வரிசையாக கிடத்தியிருக்கிறார்கள். அங்கே உயிர் பிழைத்திருந்த அடிமைகளின் நிலையை இப்படியொரு அமெரிக்க வீரருடைய பதிவு சித்தரிக்கிறது. "உயிர் பிழைத்திருந்தவர்கள் அனைவரின் வயிறும் ஒட்டிப்போய் அதன் வழியாக முதுகெலும்பு தெரிந்தது".

அமெரிக்க படை மிட்டல்வெர்க் சுரங்கத்தை தன்னுடைய கட்டுப்பாட்டிற்குள் கொண்டுவந்தப் பிறகு அமெரிக்க இரகசியக் குழுக்கள் மிட்டல்வெர்க் வந்தடைந்தன. எடுத்தயெடுப்பிலேயே அந்த சுரங்கத்தில் நாசிகள் எதை தயாரித்துக்கொண்டிருந்தார்கள் என்பதை இரகசியக் குழுக்கள் அடையாளம் கண்டுவிட்டன. அவர்கள் தேடிக்கொண்டிருந்த மிகப் பெரும் தொழில்நுட்ப புதையல் அவர்களுடைய கண்களுக்கு முன்பே பரந்துவிரிந்து கிடந்தது. தாங்க முடியாத பிண வாடைக்கு இடையே.

அங்கு வந்து சேர்ந்திருந்த பல அமெரிக்க இரகசிய குழுக்களில் முக்கியமானது ஸ்பெஷல் மிஷன் *V-2 (Special Mission V-2)*. இந்த குழுவின் தலைமை பொறுப்பு வகித்தவர் மேஜர் ராபர்ட் பி. ஸ்டேவர் *(Major Robert B. Staver)*. இவர் இலண்டனில் இருந்த சமயத்தில் இரண்டு முறை *V-2* ராக்கெட் தாக்குதல்களின் போது மயிரிழையில் உயிர் தப்பித்திருக்கிறார். இதுவே நாசிகளின் ராக்கெட் தொழில்நுட்பத்தை எப்படியாவது கண்டுபிடித்தே ஆகவேண்டும் என்கிற வெறியை அவருக்குள் ஏற்றியிருந்தது.

இப்போது அவருடைய கண்களுக்கு முன்னே முழுதுமாக உற்பத்தி செய்யப்பட்டு தயார் நிலையில் வைக்கப்பட்டிருந்த நூற்றுக்கும் மேற்பட்ட *V-2* ராக்கெட்கள் கம்பீரமாக படுத்துக் கிடந்தன.

அதுமாத்திரமல்லாமல் ராக்கெட்டின் அதி முக்கிய உதிரி பாகங்களான ரிலேஸ் (relays), கைடன்ஸ் சிஸ்டம்ஸ் (guidance systems) போன்றவையும் முழுதுமாக உற்பத்தி செய்யப்பட்டும், செய்யப்படாமலும் அப்படி அப்படியே கைவிடப்பட்டிருந்தன. இருபதாம் நூற்றாண்டின் மிகப்பெரும் புதையல்களில் ஒன்றின் முன்பாக கண்கள் விரிய ஸ்டேவர் அப்படியும் இப்படியுமாக நடந்துகொண்டிருந்தார்.

அவருடைய நடையில் பதற்றமும் அவசரமும் இருந்தது. இந்த தொழில்நுட்ப புதையல் ரஷ்ய இரகசிய குழுக்களின் கைகளுக்கு கிடைத்துவிடக் கூடாதே என்கிற பதற்றம். ரஷ்ய அதிபர் ஸ்டாலினுடைய குற்றச்சாட்டின் விளைவாக ஒரு சில நாட்களுக்கு முன்புதான் நார்டூசன் (Nordhausen) பகுதி ரஷ்ய படைகளின் கட்டுப்பாட்டிற்குரிய பகுதியாக (occupy zone) மாற்றப்பட்டிருந்தது. மேலும் இந்த பகுதியில் கண்டுபிடிக்கப்படும் நாசிகளுடைய எத்தகைய இரகசிய தொழில்நுட்ப அல்லது பொருள் உற்பத்தி கட்டிடங்களையும் வெடி வைத்து தகர்க்க கூடாது என்கிற மிகக் கடுமையான உத்தரவும் அமெரிக்க படைகளுக்கு கொடுக்கப்பட்டிருந்தது.

நார்டூசன்பகுதியைரஷ்யபடைகளின்கட்டுப்பாட்டில்ஒப்படைக்குஒரு சில நாட்களே எஞ்சியிருந்தது. பல மாதங்களாக தேடிக் கொண்டிருந்த ராக்கெட் தொழில்நுட்ப புதையலை கண்டுபிடித்து அதை அப்படியே அல்வா துண்டாக எடுத்து ரஷ்ய படையின் கைகளில் கொடுக்க அமெரிக்க இரகசிய குழுக்கள் விரும்பவில்லை. இவ்வளவு ஏன், தன்னுடன் இணைந்து போரிட்ட நேச நாடுகளுடன் பகிர்ந்துகொள்ளக் கூட அமெரிக்க இரகசியக் குழுக்கள் தயாராகயில்லை.

ஸ்டேவரின் கைகளில் இருந்தது மூன்று நாட்கள் மாத்திரமே. அவருக்கு முன்பாக இருந்ததோ பல ஆயிரம் டன்கள் கொண்ட ராக்கெட் தொழில்நுட்ப புதையல். மற்ற நாடுகளுடைய இரகசியக் குழுகளின் கண்களில் அது மாட்டுவதற்குள் சுத்தமாக வழித்தெடுத்தாக வேண்டும். அமெரிக்க படை வீரர்கள் களமிறக்கப்பட்டார்கள். முதல் வேலையாக முழுதாக உருவாக்கப்பட்டு தயார் நிலையிலிருந்த *V-2* ராக்கெட்களை இரயில் பெட்டிகளில் ஏற்றத் தொடங்கினார்கள். இது ஒருபுறம் போய்கொண்டிருக்க ராக்கெட்டின் முக்கிய உதிரி பாகங்களையும் இரயில் பெட்டிகளில் ஏற்றும் பணி தொடங்கியது.

ராக்கெட்களும் அதன் உதிரி பாகங்களும் அள்ள அள்ள குறையாத அளவில் கிடைத்துவிட்டாலும் அவற்றை எப்படி தயாரிப்பது என்கிற

தொழில்நுட்ப ஆவணங்கள் அவற்றைவிட மிக முக்கியமானதாயிற்றே. மிட்டல்வெர்க் சுரங்கம் முழுவதும் அந்த ஆவணங்களை தேடும் காரியத்தில் இறங்கினார் ஸ்டேவர். ஆவணங்களைத்தான் முன்பே வான் ப்ரான் வழித்து துடைத்தெடுத்து மறைத்து வைத்து விட்டாரே. கவனிக்காமல் விடப்பட்டிருந்த ஒற்றை பேப்பர் மாத்திரமே ஸ்டேவருக்கு அகப்பட்டது. மிட்டல்வெர்க் சுரங்க அதிகாரிகளின் பெயர்களையும் அவர்களுடைய தொலைப்பேசி எண்களையும் கொண்ட பட்டியல் அது.

அடுத்து வந்த நாட்களில் மிட்டல்வெர்க் சுரங்கத்திலிருந்து தொடர்ச்சியாக இரயில்கள் *V-2* ராக்கெட்களையும், அதன் உதிரி பாகங்களையும் ஏற்றிக்கொண்டு ஆன்ட்வெர்ப் நகர துறைமுகத்திற்கு சென்று திரும்பிக்கொண்டிருந்தன. ராக்கெட் தொழில்நுட்ப ஆவணங்கள் நார்டூசனுக்கு அருகில் எங்காவதுதான் மறைத்து வைக்கப்பட்டிருக்கும் என்று நம்பிய ஸ்டேவர், உள்ளூர் வாசிகளின் வாயை பிடுங்குவது என்று முடிவிற்கு வந்தார். தன்னுடைய இராணுவ வாகனத்தில் சிகரெட் பாக்கெட்களையும், சாராய பாட்டில்களையும், பதப்படுத்தப்பட்ட பிரட்களையும் நிரப்பிக்கொண்டு நார்டூசனுக்கு அருகிலிருந்த கிராமங்களை சுற்றிவரத் தொடங்கினார்.

ராக்கெட் ஆவணங்களின் மறைவிடம் குறித்து வாயை திறக்கும் கிராம வாசிகளுக்கு அவர்களின் விருப்பத்திற்கு ஏற்ப சிகரெட்களும், பாட்டில்களும், உணவு டின்களையும் வாரிக் கொடுத்தார். அனேகமாக அனைவரும், அந்த ஆவணங்களை மொத்தமாக போட்டு நாசிகள் எறித்துவிட்டதாகவும், அருகிலிருக்கும் பழைய கட்டிடங்களில் அவற்றை பதுக்கி வைத்திருப்பதாகவும் தாங்கள் கேள்விப்பட்ட செவிவழி கதைகளை தகவல்களாக சொல்லிக்கொண்டிருந்தார்கள். நிச்சயம் அதற்கு வாய்ப்பில்லை என்பதை தன்னுடைய இராணுவ அனுபவத்தில் உணர்ந்திருந்த ஸ்டேவர் நம்பிக்கை இழக்காமல் கண்ணில் படும் கிராமவாசிகள் அனைவரின் வாயையும் கிளறினார்.

அவர் எதிர்பார்த்த அந்த தகவலும் ஒரு உள்ளூர்காரர் மூலம் கிடைத்தது. அது கார்ல் பிளைஷ்யர் குறித்த தகவல். அவரேதான். வான் ப்ரானுடைய ஆவணங்கள் சுரங்கத்தில் மறைத்து வைக்கப்பட்டிருக்கும் இரகசியம் குறித்து ஹூசலும் டெஸ்மானும் பகிர்ந்துகொண்டார்களே அதே கார்ல் பிளைஷ்யர்தான். மிட்டல்வெர்க் சுரங்கத்தில் பிளைஷ்யர் பணியாற்றிக்கொண்டிருந்த விசயத்தையும், பிளைஷ்யரின் வீடு எங்கிருக்கிறது என்கிற தகவலையும் அந்த உள்ளூர்காரரின் வழி

பெற்றார் ஸ்டேவர். ஸ்டேவர், மிக நேரடியாகவே கார்ல் பிளைஷ்யரை மிரட்டும் தோரணையில் ராக்கெட் ஆவணங்கள் மறைத்து வைக்கப்பட்டிருக்கும் இடம் குறித்து விசாரித்தார். தன்னிடமிருக்கும் துருப்புச் சீட்டை அவ்வளவு எளிதாக வெளிப்படுத்த விரும்பாத பிளைஷ்யர், தனக்கு எதுவும் தெரியாது ஒருவேலை அவருக்கு தெரிந்திருக்கலாம் என்று மற்றொரு நபரை நோக்கி கையை காட்டினார். அந்த நபர் ரீஸ். பெனமூண்ட் ராக்கெட் தொழிற்சாலையின் முன்னாள் அதிகாரிகளில் ஒருவர் ரீஸ்.

மற்ற நாடுகளை சேர்ந்த இரகசிய குழுக்களின் கைகளுக்கு, மிக முக்கியமாக ரஷ்ய இரகசிய குழுக்களின் கைகளுக்கு செல்வதற்கு முன்பாக தான் கைப்பற்றிவிட வேண்டும் என்கிற நெருக்கடியிலிருந்த ஸ்டேவர், சிறைப் பிடிக்கப்பட்டிருந்த ரீசையும் சந்தித்து ஆவணங்களின் மறைவிடம் குறித்து விசாரித்தார். ரீஸ் அவர் பங்கிற்கு மற்றொரு நபரை கைக்காட்டினார். அது வால்தர் ரெய்டல். ரெய்டலும் முன்பே சிறைபிடிக்கப்பட்டு, மற்ற ராக்கெட் என்ஜினியர்களின் இருப்பிடம் தொடர்பான விசாரணையில் முன் பல்லை இழந்திருந்தார்.

இவர்கள் மூவரும் நேரடியாக ராக்கெட் தொழிற்சாலை பணியில் ஈடுபட்டிருந்தவர்கள் என்பதால் இவர்கள் வாயிலிருந்து வரும் சிறு தகவல்களுக்கும் கூட அதிக முக்கியத்துவம் தரப்பட்டது. அதே சமயத்தில் மிட்டல்வெர்க் சுரங்கத்தில் முடிந்தவரை ராக்கெட்களையும், ராக்கெட் உதிரி பாகங்களையும் சுரண்டி எடுத்திருந்தது அமெரிக்க படை. மொத்தமாக 16 இராணுவ கப்பல்கள் நிரம்பி வழிய ராக்கெட்களும், ராக்கெட் உதிரி பாகங்களும், ராக்கெட் தொழிற்சாலை கட்டுமானப் பொருட்களும் அமெரிக்காவிற்கு அனுப்பி வைக்கப்பட்டது.

ஏப்ரல் மாத இறுதி நாளின் (ஏப்ரல் 30, 1945) மத்திய பொழுதில், சையனைட் குப்பியை கடித்து மென்று விட்டு தன்னைத் தானே சுட்டுக்கொண்டார் ஹிட்லர். அந்த சமயத்தில் புரர்பங்கருக்கு கூப்பிடும் தொலைவிலேயே இருந்தது ரஷ்யப் படை. அதே சமயத்தில் பவேரியன் ஆல்ப்ஸ் மலைப் பகுதியில் மறைந்திருந்த ராக்கெட் விஞ்ஞானிகள் மற்றும் என்ஜினியர்களின் பொழுதுகள் உல்லாசமாக கழிந்துகொண்டிருந்தது.

அவர்கள் தங்கியிருந்த ஹவுஸ் இங்பெர்க் (Haus Ingeburg) உல்லாச விடுதியில் சாப்பாட்டிற்கும் வைனிற்கும் எத்தகைய பஞ்சமும் இருக்கவில்லை.

அங்கே மறைந்திருந்த நாட்கள் முழுவதும் சாப்பிடுவது, குடிப்பது, சூரிய குளியல் எடுப்பது என்று பொழுது ரம்மியமாக கழிந்ததாக பின்னாட்களில் நினைவு கூறுகிறார் வான் ப்ரான். அவரும் அவருடைய நூற்றுக் கணக்கான சகாக்களும் பவேரியன் ஆல்ப்சில்தான் மறைந்திருக்கிறார்கள் என்கிற துப்பு கிடைக்காமல் அந்த மலையின் அடிவாரத்தில் தெற்கிலும் வடக்கிலுமாக நேச நாட்டுப் படைகளும் இரகசிய குழுக்களும் அவரையும் அவருடைய சகாக்களையும் தேடியலைந்து கொண்டிருந்தன.

மே *1, 1945* அன்று இரவு கவிழ்ந்த பின்பு அந்த உல்லாச விடுதியிலிருந்த ரோடியோ பெட்டி ப்ரூக்னர்ஸ் சிம்பொனி இசையை ஒலிபரப்பிக்கொண்டிருந்தது. சுமார் இரவு பத்தரை மணியளவில் அந்த இசை இடை நிறுத்தப்பட்டது. கரகரப்பான அறிவிப்பாளரின் குரல் வெளிப்பட்டு, "நம்முடைய புரர் அடோல்ப் ஹிட்லர், தன்னுடைய தாய் நாட்டிற்காக இறுதி மூச்சு வரை எதிரிகளுடன் நேருக்கு நேராக சண்டையிட்டு இன்று மதியம் உயிர் துறந்தார்" என்று அறிவித்தது. நாசிகளின் பாதி உண்மை பாதி பொய் கலந்த செய்திகளில் ஒன்றாக அதுவும் அறிவிக்கப்பட்டது. இறந்தார் என்பது உண்மை, எதிரிகளுடன் நேருக்கு நேராக நின்று போரிட்டு இறந்தார் என்பது திரிக்கப்பட்டது.

ஜெர்மனியின் வீழ்ச்சி உறுதியானதும், உல்லாச விடுதியின் மற்றொரு அறையிலிருந்த டோன்பெர்கரை சந்தித்த வான் ப்ரான், அமெரிக்க படையுடன் உடன்பாடு செய்துகொள்வதற்கான நேரம் வந்துவிட்டதாக தெரிவித்தார். டோன்பெர்கரும் அதை ஒப்புக்கொள்ள அடுத்த நாள் காலை, வான் ப்ரானுடைய இளைய சகோதரரான மேக்னஸ் வான் ப்ரானை *(Magnus von Braun)* மலையடிவாரத்திலிருந்த அமெரிக்க இராணுவ முகாமிற்கு தூது அனுப்புவது என்று இருவரும் முடிவு செய்தார்கள்.

மேக்னஸ் வான் ப்ரான் என்ன செய்தார்?

பார்ப்போம்.

# செவ்வாயை நோக்கி செல்வோம்

***டிசம்பர் 21, 2015***
**கேப் கேனவேரல் ஏவுதளம், அமெரிக்கா**

பேல்கன்-9(*Falcon9*) ராக்கெட் ஒலிவேகத்திற்குசவால்விட்டுக்கொண்டு வானில் செங்குத்தாக சீறிப் பாய்ந்துகொண்டிருந்தது. ஓர்ப்காம் *(Orbcomm)* தொலைத் தொடர்பு நிறுவனத்தின் 9 செயற்கைக்கோள்களை சுமந்துகொண்டு பேல்கன்-9 பறந்துகொண்டிருந்தது. தான் சுமந்துசொல்லும் செயற்கைகோள்களை அவற்றின் சுற்று வட்டப்பாதையில் நிலை நிறுத்திவிட்டு *(parking)* பூமியிலிருந்து அது புறப்பட்ட ஏவுதளத்திலேயே மீண்டும் பத்திரமாக தரையிறங்க வேண்டியது பேல்கன்-9 ராக்கெட்டிற்கு இடப்பட்டிருக்கும் கட்டளை.

செயற்கைக்கோள்களை அவற்றின் சுற்று வட்டப்பாதையில் நிலை நிறுத்தியப் பிறகு விண்ணிலேயே எறிந்து சாம்பலாவதுதான் கடந்து ஐம்பது அறுபது வருடங்களாக ராக்கெட்கள் செய்து கொண்டிருக்கும் காரியம். ஆனால் பேல்கன்-9 இதற்கு எதிராக விண்வெளியில் தன்னுடைய வேலையை முடித்துவிட்டு மீண்டும் பூமிக்கே திரும்பியாக வேண்டும்.

கேப் கேனவேரல் ஏவுதள கட்டுப்பாட்டறையிலிருக்கும் பெரும் திரைகள் பேல்கன்-9 ராக்கெட் விண்ணில் சீறிக்கொண்டிருப்பதை காட்டிக்கொண்டிருக்கின்றன. என்ஜினியர்கள், டெலிமெட்டிரி *(Telemetry)* சிக்னல் வாயிலாக அதன் ஒவ்வொரு நகர்வுகளையும் கண்காணித்துக்கொண்டிருக்கிறார்கள். இதுவரைக்குமான பயணத்தில் பேல்கன்-9 கச்சிதமாக வேலை செய்துக்கொண்டிருந்தது.

ஏவுதளத்திலிருந்து புறப்பட்ட ஒரு சில விநாடிகளுக்கெல்லாம் தெரிந்துவிட்டது பேல்கன்-9 தான் சுமந்து செல்லும் செயற்கைகோள்களை வெற்றிகரமாக சுற்று வட்டப்பாதையில் நிலை நிறுத்திவிடுமென்று. ஆனால் பூமிக்கு மீண்டும் திரும்பி வரும் இரண்டாம் நிலையை அது வெற்றிகரமாக முடிக்குமா அல்லது?

கட்டுப்பாட்டு அறையின் அனைத்து கணினி திரைகளிலும் கவுன்டவுன் ஓடிக்கொண்டிருந்தது. விஞ்ஞானிகளுக்கான வழமையான வெள்ளை கோட் போட்டு உட்கார்ந்திருக்கும் என்ஜினியர்களுக்கு பதிலாக அந்த கட்டுப்பாட்டறையில் இருந்த அனைத்து என்ஜினியர்களும் தகவல் தொழில் நுட்ப நிறுவன ஊழியர்களைப் போல டீ-ஷர்ட் மற்றும் ஜீன்ஸ் உடைகளில் இருந்தார்கள். தகவல் தொழில்நுட்பம் விண்வெளித் துறையை தன்னுடைய கைகளில் எடுத்துக்கொண்டதற்கான வெளிப்படையான அடையாளங்களில் இதுவும் ஒன்று.

ஆம் அடுத்த தலைமுறை விண்வெளி நிறுவனங்களின் காலம் தொடங்கிவிட்டது. சரி பறந்துகொண்டிருக்கும் பேல்கன்-9 நோக்கி திரும்புவோம். முதல் நிலை ராக்கெட் *(first stage)* விடுபட வேண்டிய நேரம் வந்துவிட்டது. வெற்றிகரமாக முதல் நிலை ராக்கெட் விடுபடுகிறது. அடுத்த நொடியே இரண்டாம் நிலை ராக்கெட் உயிர்பெற்று விண்ணை நோக்கி தொடர்ந்து பறக்கிறது. விடுபட்ட முதல் நிலை ராக்கெட் பூமிக்கு திரும்புவதற்கான வேலையை தொடங்குகிறது. கட்டுப்பாட்டறையில் பூஸ்ட் பேக் ப்ரேன் *(boostback burn)* என்று அறிவிக்கிறார்கள்.

(உங்கள் மோபைல் போனிலிருக்கும் *QR code scanner*-யை கொண்டு இந்த *QR code*-யை ஸ்கேன் செய்து, பேல்கன்-9 ராக்கெட்டின் தரையிறக்கத்தை இந்த வீடியோவில் முழுமையாக காணலாம்).

பேல்கன்-9 முதல் நிலை ராக்கெட் விண்ணில் ஏறிய வாக்கிலேயே எத்தகைய திசை மாற்றமும் இல்லாமல் பின்னோக்கி இறங்கத் தொடங்குகிறது. அதன் திசையை நிலையாக வைத்துக்கொள்ள விட்டு விட்டு திரஸ்டர்கள் *(thrusters)* இயங்குகின்றன. அடுத்த ஒரு சில விநாடிகளில் வெற்றிகரமாக பேல்கன்-9 ராக்கெட், லேண்டிங் சோன்-1 *(landing zone1)*-ல்

தரையிறங்கியது. சுமார் நூறு ஆண்டுகளுக்கு முன்பு, புறப்படுவதற்கு முன்பே ஏவுதளங்களில் வெடித்து சிதறிக்கொண்டிருந்த ராக்கெட்கள் இன்றைக்கு வெற்றிகரமாக தரையிறங்கும் கட்டத்திற்கு வந்துவிட்டன. பேல்கன்-9 ராக்கெட்டின் உரிமையாளர் எலன் மஸ்க். இவருடைய ஸ்பேஸ் எக்ஸ் *(SpaceX)* நிறுவனம் பேல்கன் ராக்கெட்களை தயாரிக்கிறது. எதிர்கால போக்குவரத்தை முற்றிலும் மாற்றிப்போட இருக்கும் டெஸ்லா எலிக்டிரிக் கார்களை *(Tesla Electric Cars)* தயாரிக்கும் டெஸ்லா நிறுவனமும் இவருடையதுதான்.

(எலன் மஸ்க் குறித்தும், எலிக்டிரிக் கார்கள் எப்படி நம்முடைய போக்குவரத்து முறையையே புரட்டிப்போடயிருக்கிறது என்பதை குறித்தும் அறிந்துகொள்ள நினைப்பவர்கள் எனது "உங்கள் வாகனங்கள் இனி உங்களுடையது கிடையாது" புத்தகத்தை வாசிக்கலாம்).

இன்றைய நிலையில் தனியார் விண்வெளி நிறுவனங்களில் முன்னிலையில் இருக்கும் இரண்டு நிறுவனங்கள் நாம் முன்பே பார்த்த ஜெப் பேசோசின் புளூ ஆரிஜின் மற்றும் எலன் மஸ்கினுடைய ஸ்பேஸ் எக்ஸ். பேசோசைப் போல சிறுவயதிலிருந்தே விண்வெளிப் பால் ஈர்க்கப்பட்டவரல்ல எலன் மஸ்க். தான் உருவாக்கிய பேபால் *(Paypal)* நிறுவனத்தை ஈ-பே *(ebay)* நிறுவனத்திடம் விற்பனை செய்தப் பிறகு (இதன் மூலம் அமெரிக்காவின் பில்லியனர்களில் ஒருவரானார் எலன் மஸ்க்) மற்றுமொரு புதிய தொழில் முயற்ச்சியை தொடங்கலாம் என்கிற யோசனையில் இருந்த சமயத்தில் விண்வெளி துறை எலன் மஸ்கிற்கு அறிமுகமானது.

நண்பர் ஒருவரின் மூலம் மார்ஸ் சோசைட்டி *(Mars Society)* என்கிற தன்னார்வ நிறுவனம் எலன் மஸ்கிற்கு அறிமுகமானது. ராபர்ட் சூப்ரின் *(Robert Zubrin)* தலைமையில் செயல்பட்டுக்கொண்டிருந்தது மார்ஸ் சோசைட்டி. ராபர்ட் சூப்ரின், *The Case For Mars* மற்றும் *The Case For Space* என்கிற அவருடைய இரு புத்தகங்களின் மூலம் கவனம் பெற்றவர். (இந்த புத்தகத்தை எழுத நான் பயன்படுத்திய ரிபரன்ஸ் புத்தகங்களில் இவருடைய *The Case For Space* புத்தகமும் ஒன்று). செவ்வாய் கிரகத்தில் மனித குடியேற்றத்தை அமைப்பதற்கான ஆய்வுகளையும், அது குறித்து வெகு மக்களிடையே ஆர்வத்தை தூண்டும் நடவடிக்கைகளையும் மேற்கொண்டு வருகிறது மார்ஸ் சோசைட்டி.

இந்த தொடர்பே எலன் மஸ்க்கை விண்வெளியை நோக்கி திருப்பியது. அதிலும் குறிப்பாக செவ்வாய் கிரகத்தில் மனித

குடியேற்றத்தை உருவாக்கும் ஆர்வம் அவரை தொற்றிக்கொள்ள இந்த தன்னார்வ நிறுவனமே காரணம். விண்வெளி நிறுவனம் ஒன்றை உருவாக்குவதற்கான திட்டம் ஒன்றை தயார் செய்தார் மஸ்க். செவ்வாய் கிரகத்தில் மரம் செடி கொடி மிருகங்கள் மற்றும் மனிதர்களுடன் ஒரு குடியேற்றத்தை உருவாக்க சுமார் *30* மில்லியன் டாலர்கள் செலவாகலாம் என்பது அவருடைய கணக்கு. இந்த குடியேற்ற திட்டத்திற்கு அவர் வைத்த பெயர், மார்ஸ் ஓயாசிஸ் *(Mars Oasis)*.

இது தொடர்பாக ஆலோசிக்க, லாஸ் ஏன்ஜல்ஸ் விமான நிலையத்திற்கு அருகிலிருக்கும் மரியாட் ஓட்டலில் ஒரு கூட்டத்தை ஏற்பாடு செய்தார். அதில் கலந்துகொண்டவர்கள் ராப் மானிங் *(Rob Manning)*, மைக்கேல் கிரிப்பின் *(Michael Griffin)* மற்றும் மைக்கேல் லெம்பேக் *(Michael Lembeck)*.

செவ்வாய் கிரகத்தில் *1997*-ல் தரையிறங்கிய நாசாவின் மார்ஸ் பாத்பைன்டர் *(Mars Pathfinder)* ஆய்வு வாகனத்தின் தலைமை என்ஜினியர் ராப் மானிங். பின்னாட்களில் நாசாவின் நிர்வாகியாக மாறியவர் மைக்கேல் கிரிப்பின். அமெரிக்காவின் பல முன்னணி விண்வெளி நிறுவனங்களில் என்ஜினியராக இருந்தவர் மைக்கேல் லெம்பேக். மார்ஸ் ஓயாசிஸ் திட்டத்தை சாத்தியப்படுத்துவதற்கான தொழில் நுட்ப மற்றும் பண முதலீடு குறித்து அந்த கூட்டத்தில் விவாதிக்கப்பட்டது.

மார்ஸ் ஓயாசிஸ் திட்டத்தை செயல்படுத்த சுமார் *200* மில்லியன் டாலர்களை மஸ்க் எடுத்து வைத்தாகவேண்டும் என்று ஒற்றைக் குரலில் கூறினார்கள் மூன்று வல்லுநனர்களும். இதற்கு மேல் ஆகுமே தவிர ஒற்றை பைசா இதிலிருந்து குறையாது என்பது அவர்களது முடிவு. ஆனால் மஸ்க் தன்னுடைய மனதில் வைத்திருந்த தொகை *30* மில்லியன் டாலர்கள் மாத்திரமே. இதை வைத்துக்கொண்டு பழைய ராக்கெட்டை கூட வாங்க முடியாது என்பது அவர்களுடைய எண்ணம்.

அமெரிக்க ராக்கெட் சந்தையில் மிக குறைந்த விலை கொண்ட ராக்கெட் டெல்டா *II (Delta II)*. மெக்டோனல் டக்ளஸ் நிறுவனத்தின் தயாரிப்பு. இதன் விலையே *50* மில்லியன் டாலர்கள். ராக்கெட் செலவு, செவ்வாய் கிரக கட்டுமான செலவு என்று எல்லாவற்றுக்கும் சேர்த்தே மஸ்க் *30* மில்லியன் டாலர்களைத்தான் ஒதுக்கியிருந்தார். இதற்கு அமெரிக்க ராக்கெட் சந்தை சரிபட்டு வராது என்று நினைத்த மஸ்க் ரஷ்ய ராக்கெட்களை நோக்கி திரும்பினார்.

அமெரிக்க ஏகபோக நிறுவனங்களான போயிங்கும், லாக்ஹீட்-மார்டினும், மெக்டோனல் டக்ளசும் ரஷ்யாவிடமிருந்து ராக்கெட்களையும், ராக்கெட் என்ஜின்களையும் வாங்குவதை வழக்கமாக கொண்டிருந்தவையே. அந்த வழியிலேயே, தன்னுடைய பட்ஜெட்டிற்குள் அடங்க கூடிய ராக்கெட்களைத் தேடி விசயம் தெரிந்த நண்பர்களுடன் ரஷ்யாவிற்கு பறந்தார் (2002 தொடக்கத்தில்). ரஷ்யர்களும் யானை விலை குதிரை விலை சொல்ல சரிப்பட்டு வராது என்று முடிவெடுத்து அமெரிக்காவிற்கு விமானம் ஏறினார்.

மாஸ்கோவிலிருந்து அமெரிக்கா நோக்கி பறந்துகொண்டிருந்த விமானத்தில் வைத்தே அந்த முடிவை எடுத்தார் மஸ்க். அங்கேயிங்கே அலைவதை விட சொந்தமாக ராக்கெட் தயாரிக்கும் நிறுவனம் ஒன்றை தானே தொடங்கிவிட்டால் என்ன. விமானத்தில் வைத்தே அதற்கான ப்ரோஜக்ட் பிளானையும் தயாரித்துவிட்டார். அடுத்த ஒரு மாதத்தில் ஸ்பேஸ் எக்ஸ்பிளரேஷன் டெக்னாலஜிஸ் கார்பரேஷன் *(Space Exploration Technologies Corporation)* உருவெடுத்துவிட்டது. சுருக்கமாக ஸ்பேஸ் எக்ஸ் *(SpaceX)*. மார்ச் 2002-ல் தன்னுடைய ஸ்பேஸ் எக்ஸ் ராக்கெட் தயாரிப்பு நிறுவனத்தை குறித்து வெளி உலகத்திற்கு அறிவித்தார் எலன் மஸ்க்.

தன்னுடைய செயல்பாடுகளுக்கு பக்காவாக விளம்பர கவனத்தை உண்டாக்க கூடியவர் எலன் மஸ்க். தன்னுடைய திட்டங்கள் அனைத்தையும் பொது வெளியில் அறிவித்துவிட்டு அதை வெற்றிகரமாக முடிப்பது அவருடைய இயல்பு. இதிலிருந்து முற்றிலும் மாறுப்பட்டவர் அமேசான் நிறுவனரான நாம் முன்பே பார்த்த ஜெப் பேசோஸ். எந்த திட்டமாக இருந்தாலும் அது செயல்பாட்டிற்கு வரும்வரை அதை திரை மறைவிலேயே வைத்திருப்பது ஜெப் பேசோசினுடைய இயல்பு. மேலும் அவசரமேயில்லாமல் நிறுத்தி நிதானமாக செயல்படுவதும் பேசோசினுடைய பிறவி இயல்புகளில் ஒன்று. எலன் மஸ்க் இதிலும் முற்றிலும் மாறுபட்டவர். எதுவாக இருந்தாலும் அது ராக்கெட் தொழில்நுட்பமாக இருந்தாலும் படு வேகமாக நடந்தாகவேண்டும்.

ஆனால் இருவருக்கும் ஒரு விசயத்தில் ஒற்றுமை உண்டு. இந்த இருவருக்கு மாத்திரமல்ல சிலிக்கான் வேலியை அடிப்படையாக கொண்ட டெக் தொழில்நுட்ப நிறுவனர்கள் அனைவருக்கும் அவர்களுடைய டி.என்.ஏ-வில் பதிவாகியிருக்கும் இருக்கும் விசயம், மிக குறைந்த செலவில் பெரிய தொழில் நுட்பங்களை உருவாக்கிவிட

வேண்டும் என்பதே அந்த ஒற்றுமை. அதையே அவர்கள் விண்வெளி தொழில்நுட்பத்திற்கும் கொண்டுவந்தார்கள்.

உள்ளபடி பார்த்தால் எலன் மஸ்கிற்கு இரண்டு ஆண்டுகளுக்கு முன்பே – அதாவது செப்டம்பர் 2000-லேயே – ஜெப் பேசோஸ் தன்னுடைய புளூ ஆரிஜினை தொடங்கிவிட்டிருந்தாலும் அதை வெளியுலகிற்கு அறிவிக்காமல் திரை மறைவிலேயே வைத்துக்கொண்டார். அவருடைய மிக நெருங்கிய நண்பர்களுக்கும் கூட இது தெரியாது. டெக்சாஸ் மாகாணத்தின் மேற்கு பகுதியில் தன்னுடைய புளூ ஆரிஜின் நிறுவனத்திற்கு படு இரகசியமாக ஜெப் பேசோஸ் பண்ணை நிலங்களை வாங்கிப்போட, அதற்கு நேர் எதிரில் டெக்சாசின் கிழக்கு பகுதியில் தன்னுடைய ஸ்பேஸ் எக்ஸ் நிறுவனத்திற்கு நிலத்தை வாங்கிப்போட்டார் எலன் மஸ்க்.

நாம் முன்பு பார்த்த பீயல் ஏரோஸ்பேஸ் நிறுவனத்திற்கு சொந்தமான மெக்கிரிகோர் ராக்கெட் தொழிற்சாலை மற்றும் ஏவுதளத்தைதான் எலன் மஸ்க் குத்தகைக்கு வாங்கியிருந்தார். இந்த நடந்தது 2003-ல். குத்தகை தொகை வருடத்திற்கு 45,000 டாலர்கள் மாத்திரமே. நாம் முன்பு பார்த்த பீயலைப் போலவே எலன் மஸ்கும் ராக்கெட் தொழில்நுட்பம் தொடர்பாக தன்னுடைய அறிவை வளர்ந்துகொண்டார். அதற்கு அவர் வாசித்த முக்கிய புத்தகங்களல் ஒன்று *Aerothermodynamics of Gas Turbine and Rocket Propulsion*. ராக்கெட் என்ஜின் மற்றும் அதன் எரிபொருள் தொடர்பான தொழில்நுட்பங்களை விளக்கும் புத்தகங்களில் இது முக்கியமானது.

ஜெப் பேசோஸ் தன்னுடைய இரகசிய நிறுவனத்தில் (புளூ ஆரிஜின்) ராக்கெட் தயாரிப்பு பணிகளை தொடங்கியிருந்தார். ராக்கெட் விண்வெளியில் பேலோடை இறக்கிவிட்டுவிட்டு மீண்டும் ஏவுதளத்திற்கே திரும்பி வந்துவிடும் தொழில்நுட்பத்தை அடிப்படையாக கொண்டே முதல் ராக்கெட்டான சாரோன் *(Charon)* தயாராகிக்கொண்டிருந்தது. இந்த பக்கம் ஸ்பேஸ் எக்ஸ், அதே தொழில்நுட்பத்தை அடிப்படையாக கொண்ட பேல்கன்-1 ராக்கெட்டை தயாரிக்கத் தொடங்கியது.

முதல் ராக்கெட்டான சாரோன் முழுமையாக தயாராகும் வரை தன்னுடைய ராக்கெட் நிறுவனத்தை இரகசியமாக வைத்திருந்த ஜெப் பேசோஸ், அடுத்த ஐந்து வருடங்களில் அதாவது ஜனவரி 2005-ல் புளூ ஆரிஜின் நிறுவனம் குறித்து வெளியுலகிற்கு தெரிவிக்க தயாரானார்.

அதுவரை வெளி உலகம் அமேசான் குறித்து அறிந்ததெல்லாம் இணையத்தில் புத்தகங்களையும் மற்ற எல்லா வகையான பொருட்களையும் விற்பனை செய்யக் கூடிய நிறுவனம் என்பதாக மாத்திரமே. கொஞ்சம் டெக்னிக்கலான ஆட்களுக்கு அமேசான், க்ளவுட் கம்பியூட்டிங் *(cloud computing)* சேவையையும் வழங்கும் *(Amazon Web Services)* என்பது தெரியும்.

ஆனால் அமேசான் விண்வெளித் துறையிலும் காலடியெடுத்து வைத்திருக்கிறது என்பதை அப்போதுதான் உலகம் அறிந்துகொண்டது. உலகம் என்று நான் இங்கே குறிப்பிடுவது நம்மையும் சேர்த்தல்ல. நம்முடைய உலகம் தனி. அறிவித்த இரண்டு மாதங்களில் – அதாவது மார்ச் 2005 – சாரோன் ராக்கெட்டின் முதல் சோதனை ஓட்டத்தையும் நடத்திக் காட்டியது புளூ ஆரிஜின். வழமையான நிறுவனங்களின் ஆதிக்கம் முடிந்து சிலிக்கான் வேலி டெக் நிறுவனங்களின் ஆதிக்கம் விண்வெளி துறையில் முறையாக தொடங்கிவிட்டது என்பதையும் இந்த நிகழ்வு உணர்த்த வேண்டியவர்களுக்கு உணர்த்தியது.

இனியும் விண்வெளி துறையும் ராக்கெட் தொழில்நுட்பமும் பல மில்லியன்களை முழுங்கும் துறையாக தொழில்நுட்பமாக இருக்கப்போவதில்லை. அடுத்து வரும் ஐந்து அல்லது பத்து வருடங்களில் கையில் கொஞ்சம் பணமும் தனியாத ஆர்வமும் இருந்தால் நீங்களும் நானும் கூட ராக்கெட் தயாரிக்கும் தொழிற்சாலையை தொடங்கி விண்வெளிக்கு பறக்க முடியும். விண்வெளிக்கு பறந்து என்ன செய்ய?

விண்வெளி சுற்றுலா தொழிலை தொடங்க முடியும். விண்வெளியில் ஓட்டல்கள் நடத்த முடியும். விண்வெளியில் பூங்காக்களை உருவாக்க முடியும். விண்வெளியில் தொழில் நிறுவனங்களுக்கான கட்டிடங்களை கட்டி வாடகைக்கு விட முடியும். விண்கற்களில் சுரங்கம் அமைத்து விலை மதிப்பு மிக்க கனிமங்களை பூமிக்கு எடுத்து வர முடியும். மற்ற கோள்களிலிருந்து தண்ணீரை பூமிக்கு கொண்டு வர முடியும்.

இன்னாய்யா கதவுட்ற இதுலாம் நடக்கற காரியமா என்று நீங்கள் சற்றே சலித்துக்கொள்ளலாம். எழுதி வைத்துக்கொள்ளுங்கள் அடுத்த ஐந்து அல்லது பத்து வருடங்களில் இவை அனைத்தும் நடக்கயிருக்கிறது. புளூ ஆரிஜினும் ஸ்பேஸ் எக்சும் இவைகளை சாத்தியப்படுத்தத்தான் களமிறங்கியிருக்கின்றன. மேலும் சில தனியார் நிறுவனங்களும் கூட

இதற்காக களமிறங்கியிருக்கின்றன. விர்ஜின் கேலக்டிக் *(Virgin Galactic)*, ஸ்டிரேட்டோ லான்ஞ் சிஸ்டமஸ் *(Stratolaunch Systems)* என்று இந்த பட்டியல் நீள்கிறது.

அப்படியும் நம்பிக்கை வரவில்லையா. இதோ ஸ்பேஸ் எக்சின் எதிர்கால திட்டங்களை கொஞ்சம் பாருங்கள், சந்திரனுக்கு சுற்றுலா பயணிகளை அழைத்து செல்லும் திட்டம், சந்திரனில் ஏவுதளம் கட்டும் திட்டம். இந்த பக்கம் புளூ ஆரிஜின், நிலவிற்கு 2024-ல் மீண்டும் மனிதர்களை அனுப்பும் திட்டத்தை முன் வைத்திருக்கிறது. மேலும் நாம் முன்பே பார்த்த விண்வெளி காலனிகளை உருவாக்கும் திட்டத்தையும் அறிவித்திருக்கிறது.

புளூ ஆரிஜின் மற்றும் ஸ்பேஸ் எக்ஸ் போன்ற டெக் நிறுவனங்களின் வருகையால் மிரண்டுப்போன அமெரிக்க ஏகபோக நிறுவனங்களான போயிங்கும், லாக்ஹீட்-மார்டினும் இனியும் பழைய முறையில் இயங்கிக்கொண்டிருந்தால் தலையில் துண்டுதான் என்பதை வெகு சீக்கிரத்திலேயே உணர்ந்துகொண்டன. காரணம், புளூ ஆரிஜினும், ஸ்பஸ் எக்சும் வழமையான ராக்கெட் நிறுவனங்கள் செய்யும் *(பீயல் ஏரோஸ்பேஸ் செய்ததைப் போல)* அதிக முதலீட்டு தவறை செய்யாமல் குறைந்த முதலீட்டில் அதிக செயல்திறனை அறுவடை செய்யத் தொடங்கியிருந்ததே.

தனித் தனியாக இருந்தால் தாக்குப்பிடிக்க முடியாத என்பதால் இரண்டு நிறுவனங்களும் *(போயிங் மற்றும் லாக்ஹீட்-மார்டின்)* ராக்கெட் தயாரிப்பு தொழிலில் மட்டும் தங்களுடைய போட்டி பொறாமைகளை மறந்து கைகோர்த்து செயல்படுவது என்று முடிவு செய்தன. அதன் விளைவாக உருவானது யுனைட்டட் லான்ஞ்ச் ஆலையான்ஸ் *(United Launch Alliance)*. டிசம்பர் 2006 முதல் இது செயல்பாட்டிற்கு வந்தது.

# துருப்பு சீட்டு ஆவணங்கள்

***மே 2, 1945***
***பவேரியன் ஆப்ஸ், ஜெர்மனி***

தன்னுடைய தம்பியான மேக்னஸ் வான் ப்ரானை தூது செல்ல வான் ப்ரான் தேர்வு செய்யக் காரணம், நம்பகத் தன்மை. அங்கிருந்த மற்ற யார் மீதும் அவருக்கு பெரிதாக நம்பிக்கையில்லை. மேலும் தூது செல்பவர்கள், இராணுவ வீரர்கள் துருவித் துருவி கேள்விகளை கேட்கும்போது உளறி வைத்துவிடாமல் கவனமாக இருக்கவேண்டும் என்பதும் முக்கியமான ஒன்றாக இருந்தது. அதிலும் மிக முக்கியமாக வதை முகாம் அடிமைகளை ராக்கெட் தயாரிப்பில் பயன்படுத்தியதைக் குறித்து.

மேக்னஸ் வான் ப்ரான், மிட்டல்வெர்க் சுரங்க தொழிற்சாலையில் அடிமைகளை மேற்பார்வை பர்க்கும் அதிகாரியாக இருந்தவர். வதை முகாம்கள் போர் குற்ற செயல்பாடுகள் பட்டியலில் முதலிடத்திலிருந்ததால் மேக்னஸ் வான் ப்ரான் மறந்தும் அதை பற்றி வாயை திறக்கப்போவதில்லை. அடுத்து அங்கிருந்தவர்களிலேயே மேக்னஸ் வான் ப்ரானுக்கு மாத்திரமே கொஞ்ச நஞ்ச ஆங்கிலத்தில் பேசத் தெரியும்.

மே 2, மேக்னஸ் வான் ப்ரானிடம் சைக்கிள் கொடுக்கப்பட்டது. பவேரியன் ஆல்ப்ஸ் மலையின் பனி மூடிய சிகரங்களின் அழகை ரசித்தபடி சைக்கிளில் மலையை விட்டு கீழே இறங்கினார் மேக்னஸ். மலையடிவாரத்திலிருந்த இராணுவ சோதனை சாவடியை பகல் பொழுதில் சென்றடைந்தார்.

அந்த நேரம் சோதனைச் சாவடியில் காவலுக்கு இருந்த இராணுவ வீரர், பிரைவேட் பர்ஸ்ட் கிளாஸ் பிரெட் ஸ்னைகெர்ட் *(Private First Class Fred*

*Schneikert).* அமெரிக்க இராணுவத்தின் பார்டி போர்த் இன்பான்டிரி டிவிஷனை *(Forty-fourth Infantry Division)* சேர்ந்தவர்.

சந்தேகத்திற்கிடமான வகையில் ஒற்றை ஆளாக தன்னை நோக்கி சைக்கிள் வந்துக்கொண்டிருந்த மேக்னஸ் வான் ப்ரானைக் கண்டதும் உஷாரான பிரெட் ஸ்னைகெர்ட், மேக்னசை சைக்கிளை விட்டு கீழே இறங்கி கைகளை தலைக்கு மேலே தூக்கும் படி கட்டளையிட்டார். மேக்னசும் எத்தகைய பதற்றமும் இன்றி அப்படியே செய்தார். எச்சரிக்கையுடன் அவர் அருகே வந்த பிரெட் ஸ்னைகெர்டிடம் உடைந்த ஆங்கிலத்தில் தன்னுடைய சகோதரர் *V-2* தொழில்நுட்பம் தொடர்பாக அமெரிக்க படையுடன் ஒரு உடன்பாட்டிற்கு வரத் தயாராக இருப்பதாக தெரிவித்தார். உன்னுடைய சகோதரர் பெயர் என்ன என்று பதிலுக்கு பிரெட் ஸ்னைகெர் கேட்க, வான் ப்ரான் என்று பதில் கூறினார் மேக்னஸ்.

அந்த சமயத்தில் மேக்னஸ் தன்னிடம் பேசிய விதம், அவருடைய சகோதரரை அமெரிக்கர்களிடம் விற்பனை செய்யும் தோரணையிலிருந்ததாக பிரெட் ஸ்னைகெர்டர் பின்னாட்களில் குறிப்பிடுகிறார்.

மேக்னஸ் வான் ப்ரானை முழுதுமாக சோதனையிட்டப் பிறகு அவரை உடனடியாக தன்னுடைய மேலதிகாரியிடம் கூட்டி சென்றார் பிரெட் ஸ்னைகெர்ட். அந்த உயரதிகாரி இந்த விசயத்தை *CIOS* இரகசிய குழவிற்கு தெரியப்படுத்த, எக்காரணம் கொண்டும் வெர்னர் வான் ப்ரானை தப்பவிட்டுவிட வேண்டாம் என்று *CIOS*-யிடமிருந்து கட்டளை வந்தது. தாங்கள் எச்சரிக்கையடைந்துவிட்டதை வெளிக்காட்டிக்கொள்ளாத அந்த மேலதிகாரி மலைக்கு திரும்ப சென்று வான் ப்ரானை நேரடியாக அழைத்து வரும்படி மேக்னஸ் வான் ப்ரானிடம் கூறினார்.

இந்த செய்தியை மேக்னஸ் மலை மீதிருந்த வான் ப்ரானிடம் வந்து சொல்ல அடுத்த நாள் ஒரு சிறு குழுவுடன் வான் ப்ரான் மலையிலிருந்து கீழே இறங்கி வந்தார். எடுத்த எடுப்பிலேயே இராணவ அதிகாரிகளிடம் தன்னுடைய பேரத்தை தொடங்கிவிட்டார் வான் ப்ரான். உங்களிடமில்லாத, நீங்கள் எதிர்பார்க்கும் *V-2* ராக்கெட் தொழில்நுட்பம் என்னிடம் மாத்திரமே இருக்கிறது என்கிற தோரணையிலிருந்தது அவருடைய பேரம்.

நடந்து முடிந்த பேரழிவுகள் குறித்த வருத்தமோ அல்லது இழைக்கப்பட்ட அநீதிகள் குறித்த குற்றவுணர்வோ வெர்னர் வான் ப்ரானிடம் கொஞ்சமும் இல்லை என்று அவரை விசாரித்த இராணுவ அதிகாரியான செக்ன்ட் லேய்டுனன்ட் வால்டர் ஜெசல் குறிப்பிடுகிறார். அவரிடம் வான் ப்ரானும் டோன்பெர்கரும் வைத்த கோரிக்கை அமெரிக்க ஜெனரல் ஹைசின்ஹோவரை தாங்கள் சந்திக்கவேண்டும் என்பது.

இது ஒருபுறம் நடந்துகொண்டிருக்க வான் ப்ரானுடைய ராக்கெட் ஆவண புதையலை தேடிக்கொண்டிருந்த ராபர்ட் ஸ்டேவர், கார்ல் பிளைஷ்யரிடம் புதிய விசாரணை உத்தியை கையாள்வது என்று முடிவு செய்தார். வான் ப்ரானும் அவருடைய பட்டாளமும் சரண்டைந்த செய்தி ஸ்டேவருக்கும் தெரிவிக்கப்பட்டிருந்தது. அந்த செய்தியையே தன்னுடைய துருப்பு சீட்டாக்கினார்.

மிட்டல்வெர்கின் தலைவராக இருந்த மேஜர் ஜெனரல் டோன்பெர்கர், *V-2* ஆவணங்களின் ஒருபகுதி இருக்கும் இடத்தை தெரிவித்துவிட்டதாகவும் மீதமிருக்கும் ஆவணங்கள் இருக்கும் இடத்தை கார்ல் பிளைஷ்யர் உடனடியாக தெரிவித்துவிட்டால் அவருக்கு விடுதலைக்கு வழி செய்யப்படும் என்று பேரம் பேசினார் ஸ்டேவர். இது கார்ல் பிளைஷ்யரிடம் நன்றாகவே வேலை செய்தது.

தனக்கு முந்தி வேறு யாராவது வான் ப்ரானுடைய ஆவணங்கள் இருக்கும் இடத்தை பற்றி சொல்லிவிட்டால் தன்னுடைய விடுதலை அவ்வளவுதான் என்பது தெளிவானதும், வான் ப்ரானுடைய ஆவணங்கள் டோர்ன்டன் கிராம சுரங்கத்தில் பதுக்கி வைக்கப்பட்டிருக்கும் இரகசியத்தை கார்ல் பிளைஷ்யர், ஸ்டேவரிடம் போட்டுடைத்தார். ஆனால் அந்த ஆவணங்களை எடுப்பதில் பிரச்சனையும் இருந்தது.

டோர்ன்டன் கிராமத்தை குறித்து கார்ல் பிளைஷ்யருக்கு தெரியுமே ஒழிய அங்கிருந்த சுரங்கம் குறித்து அவருக்கு தெரியாது. மேலும் அந்த சுரங்கம் வெடி வைத்து தகர்க்கப்பட்டுவிட்டதால் அதை தேடி கண்டு பிடிப்பதும் கடினமான காரியம். இதற்கான ஒரே வழி ஹெர் நெபிலங். டெய்டர் ஹூசலும் பெர்னார்ட் டெஸ்மானும் ஆவணங்களை சுரங்கத்தில் பதுக்கியபோது உடனிருந்த ஹெர் நெபிலங். நெபிலங் அதி தீவிர நாசி என்பதால் தன்னுடைய உயிரே போனாலும் தன் நாட்டு இரகசிய ஆவணங்கள் இருக்கும் இடத்தை அமெரிக்க படையினருக்கு

காட்டிகொடுக்கமாட்டார் என்பதை நன்கு அறிந்திருந்த கார்ல் பிளைஷ்யர் இதற்கான ஒரு தீர்வை ஸ்டேவர் முன் வைத்தார்.

வெடி வைத்து தகர்க்கப்பட்ட அந்த சுரங்கத்தின் வாயிலை ஹெர் நெபிலங்கின் உதவியுடன் கண்டுபிடித்து, வாயிலை சரி செய்ய தனக்கு பணம் கொடுத்தால் அந்த ஆவணங்களை எடுத்து வந்து ஸ்டேவரிடம் ஒப்படைப்பதாக கூறினார் கார்ல் பிளைஷ்யர். பிளைஷ்யரை நம்புவதைத் தவிர ஸ்டேவருக்கு வேறு வழியில்லாத காரணத்தால் கேட்ட பணத்தை கொடுத்தார் ஸ்டேவர்.

அடுத்த ஒரு சில நாட்களில் தான் கூறியதைப் போலவே ஹெர் நெபிலங்கின் உதவியுடன் டோர்ன்டன் கிராம சுரங்கத்தை கண்டுப் பிடித்து அதற்குள் இருந்த டன் கணக்கிலான ஆவணங்களையும் தன்னுடைய கட்டுப்பாட்டிற்குள் கொண்டு வந்தார் கார்ல் பிளைஷ்யர். ஆனால் மீண்டும் ஒரு சிக்கல். அந்த ஆவணங்களை எடுத்து வர பல டிரக்குகள் தேவைப்பட்டது. இதை அவர் ஸ்டேவரிடம் தெரியப்படுத்தினார். படு இக்கட்டான அந்த சமயத்தில் பல டிரக்குகளுக்கு எங்கே போவது என்று முழிப் பிதுங்கியது ஸ்டேவருக்கு.

நார்ட்ஹூசன் பகுதியை ரஷ்ய படையிடம் ஒப்படைப்பது தொடர்பாக மே 27 அன்று பிரிட்டிஷ் இராணுவம் நார்ட்ஹூசனுக்கு வரயிருந்தது. பிரிட்டிஷ் இராணுவத்தின் கைகளுக்கு கிடைப்பதற்குள் டன் கணக்கிலான வான் ப்ரானுடைய ஆவணங்களை அமெரிக்காவிற்கு எடுத்து சென்றாகவேண்டும். நேர நெருக்கடியும் ஸ்டேவரை நெருக்கத் தொடங்கியது. இதை சமாளிக்க அவருக்கிருந்த ஒரே வழி கேனல் ஜோயல் ஹோல்ம்ஸ் *(Colonel Joel Holmes)*.

ஜோயல் ஹோல்ம்ஸ், ஸ்டேவரின் உயரதிகாரி. அதிலும் ஒரு சிக்கல் இருந்தது. ஜோயல் ஹோல்ம்ஸ் இருந்தது பாரீசில். இது மிகவும் இரகசியம் என்பதால் தொலைப்பேசி வழியாகவோ அல்லது தந்தி வழியாகவோ இந்த செய்தியை ஜோயல் ஹோல்ம்சிடம் தெரிவிக்க விரும்பாத ஸ்டேவர் நேரடியாகவே பாரிசுக்கு செல்வது என்று முடிவு செய்தார். அடுத்து எத்தகைய காலதாமதத்தையும் அவர் செய்யவில்லை. கிடைத்த விமானத்தை பிடித்து (விமானங்கள் ஏதும் கிடைக்காமல் போர் விமானம் ஒன்றில், பைலட்டின் சீட்டுக்கு அருகே தொற்றிக்கொண்டு) பாரீசுக்கு சென்று கேனல் ஜோயல் ஹோல்ம்சுக்கு முன்னால் நின்றார்.

உடனடியாக ஸ்டேவருக்கு தேவையான டிரக்குகளுக்கு உத்தரவிட்டார் கேனல். ஸ்டேவர் அத்துடன் தன்னுடைய கோரிக்கையை நிறுத்தவில்லை. டன் கணக்கிலான அந்த ஆவணங்களைப் போலவே *V-2* ராக்கெட்டை உருவாக்கிய வான் ப்ரானும் அவருடைய பட்டாளும் அமெரிக்காவிற்கு மிக முக்கியம் என்கிற கோரிக்கையையும் வைத்தார். ரஷ்யர்களின் கைகளுக்கு அவர்கள் செல்வதற்கு முன்பாக நாம் முந்திகொள்வது நல்லது என்பது அவருடைய சிந்தனையோட்டமாக இருந்தது.

வெறும் ராக்கெட்களையும் அதற்கான ஆவணங்களையும் வைத்துக்கொண்டு பல வருடங்களுக்கு மண்டையை பிய்த்துக்கொள்வதைவிட அதை உருவாக்கியவர்களை அருகில் வைத்துக்கொண்டால் படு வேகமாக அமெரிக்காவிற்கான ராக்கெட் தொழில்நுட்பத்தை உருவாக்கிவிட முடியும் என்பதும் அவருடைய சிந்தனையாக இருந்தது. இதை அவர் கேனல் ஜோயல் ஹோல்ம்சிடம் தெரிவிக்க இதை அப்படியே தனக்கொரு ஆவணமாக அனுப்பும்படி கூறினார் கேனல்.

பாரீசில் வைத்தே அந்த ஆவணத்தை தயாரித்து கேனலுக்கு அனுப்பிவிட்டு நார்ட்ஹௌசனுக்கு திரும்பினார் ஸ்டேவர். ஸ்டேவர் தனக்கனுப்பிய ஆவணத்தை அப்படியே பென்டகனிலிருந்த கேனல் டிரிச்சலுக்கு *(Colonel Trichel)* அனுப்பி வைத்தார் ஜோயல் ஹோல்ம்ஸ். வான் ப்ரான் எதிர்பார்த்த அமெரிக்க தஞ்சம் அவரை அறியாமலேயே மற்றவர்கள் மூலம் உறுதி செய்யப்பட்டது.

நார்ட்ஹௌசனில் பல டிரக்குகள் முழுக்க நிரப்பப்பட்ட வான் ப்ரானுடைய ஆவணங்கள் பலத்த இராணுவ பாதுகாப்புடன் பாரீசுக்கு அனுப்பி வைக்கப்பட்டது. அங்கிருந்து கப்பலில் ஏற்றப்பட்ட ஆவணங்கள் அமெரிக்காவின் மேரிலேண்ட், பாரின் டாக்குமெண்ட்ஸ் இவாலுவேஷன் சென்டருக்கு *(Foreign Documents Evaluation Center)* பத்திரமாக அனுப்பிவைக்கப்பட்டது.

ஜூலை *14, 1945* அன்று ரஷ்ய படையும் அதன் இரகசிய குழுக்களும் மிட்டல்வெர்க் சுரங்கத்திற்குள் நுழைந்தது.

நுழைந்த வேகத்திலேயே தெரிந்துவிட்டது அமெரிக்கப் படை தங்களுக்கு முன்பே அங்கே தன் கைவரிசையை காட்டிவிட்டதென்று. ராக்கெட் தொழில்நுட்ப புதையல் மொத்தமாக தங்கள் கைகளை

விட்டுப் போய்விட்டதாக அதிர்ந்தன ரஷ்ய இரகசிய குழுக்கள். அப்படியே ஓய்ந்து உட்கார்ந்துவிட விரும்பாத ரஷ்ய குழுக்கள் *V-2* ராக்கெட் தொழில்நுட்பம் தொடர்பான உபயோகமான ஆவணங்களை தேடத் தொடங்கின.

சுரங்கத்தில் உயிர் பிழைத்திருந்த அடிமைகளில் ஒருவர், *V-2* ராக்கெட்டோடு தொடர்புடைய ஒரு முக்கிய தொழில்நுட்ப கருவியை நாசிகள் எங்கே மறைத்து வைத்திருக்கிறார்கள் என்பது தனக்கு தெரியும் என்று ரஷ்ய குழுக்களிடம் தெரிவிக்க, அவரை கையுடன் அழைத்துக்கொண்டு அந்த இடத்திற்கு சென்றது ரஷ்ய இரகசிய குழு. மிட்டல்வெர்க் சுரங்கத்திற்கு அருகே பல அடிகள் தொலைவில் கைவிடப்பட்டிருந்த ஒரு சிறிய அறைக்குள் தூசி தும்பைகளுக்கு உள்ளே ஒரு துணியில் சுற்றி வைக்கப்பட்டிருந்தது அந்த கருவி.

*V-2* ராக்கெட்டின் செயல் திறனை மிஞ்சும் புதிய ராக்கெட்டை உருவாக்கும் பணியின் ஒரு பகுதியாக உருவாக்கப்பட்டிருந்த கைரோ ஸ்டேபிளைசர் பாகம் அது. அதுவரை உற்பத்தி செய்யப்பட்ட *V-2* ராக்கெட்களில் பயன்படுத்தப்படாத புத்தம் புதிய உதிரி பாகம் அது. ரஷ்ய இரகசிய குழுக்களுக்கு போன மூச்சு திரும்ப வந்தது. ராக்கெட் தொழில்நுட்ப புதையலை வேட்டையாடும் போட்டியில் தாங்கள் பின் தங்கிவிடவில்லை என்பதை அவர்களுக்கு உணர்த்திய கண்டுபிடிப்பு இது.

அடுத்து வந்த நாட்களில் ராக்கெட் என்ஜின்களின் பல உதிரி பாகங்கள், ரிலேஸ், கைடிங் சிஸ்டம்ஸ், கன்டிரோல் பெனல்ஸ் என்று *V-2* ராக்கெட்டின் அனைத்து பாகங்களையும் தேடி எடுத்து *58* ரெயில் பெட்டிகள் நிரம்பி வழி ரஷ்யாவிற்கு அனுப்பிவைத்தார்கள்.

நாசிகள் உருவாக்கிய ராக்கெட் தொழில்நுட்பங்களே பின்னாட்களில் ரஷ்ய மற்றும் அமெரிக்க ராக்கெட் தொழில்நுட்பங்களின் அடிப்படையாக அமைந்தது. நாசிகளின் விஞ்ஞானிகளும் கூட.

# எதிர்கால விண்வெளி தொழில்கள்

இன்றைய ராக்கெட் தொழில்நுட்பம் என்பது ஒரு வகையில் வெகுசன மக்களுக்கான தொழில்நுட்பமாக மாறிக்கொண்டிருக்கிறது. இருபது முப்பது வருடங்களுக்கு முன்பு கணினி என்பது ஒரு பெரிய அறையை அடைத்துக்கொள்ளும் அளவினதாக இருந்தது. வெகுசன சாதனத்திற்கான எத்தகைய அடையாளமும் அதனிடமிருக்கவில்லை. கணினிகள் பெரும் ஆய்வு நிறுவனங்களுக்கும் அரசு நிறுவனங்களுக்குமானதாகவே இருக்கப் போகிறது என்கிற நிலையை மாற்றியது "பெர்சனல் கம்பியூட்டர்" தொழில்புரட்சி.

இதை முன்னெடுத்து சென்றது டெக் நிறுவனங்கள். இன்றைக்கு கையடக்க அளவு லேப்டாப்களாக மாறி அத்தியாவசிய வீட்டு சாதனப் பொருட்களில் அதுவும் என்கிற நிலை வந்தடைந்திருக்கிறது. இதற்கு சுமார் முப்பது வருடங்கள் பிடித்திருக்கின்றன. ஆனால் சாத்தியமேயில்லாத ஒன்றிலிருந்து சாத்தியமான ஒன்றுக்கு அது வந்துவிட்டது. இதுவே விண்வெளி மற்றும் ராக்கெட் தொழில்நுட்பங்களுக்கும் பொறுந்தும்.

அடுத்த தலைமுறை, விண்வெளியில் தொழில் தொடங்குவதற்கும் குடியேற்றங்களை நிகழ்த்துவதற்குமான அடித்தள தொழில்நுட்பங்களை நாங்கள் உருவாக்கிக்கொண்டிருக்கிறோம் என்று தன்னுடைய புளூ ஆரிஜின் நிறுவன செயல்பாடுகள் குறித்து கூறுகையில் இப்படி குறிப்பிடுகிறார் ஜெப் போசோஸ். இந்த முயற்ச்சியில் பில்லியன் கணக்கிலான இலாபத்தை இப்படியான டெக் நிறுவனங்கள் பார்க்க இருக்கின்றன என்பது வேறு வகையான விவாதம். ஆனால் விண்வெளி தொழில்நுட்பத்தை குடிசைதொழிலாக மாற்றுவதற்கான அடித்தளங்களையும் இந்த டெக் நிறுவனங்கள் செய்துக்கொண்டிருக்கின்றன என்பதும் மறுக்க முடியாத உண்மை.

இத்தகைய டெக் நிறுவனங்கள் ஏகபோகமாக நடந்துகொள்கின்றன, உழைப்பு சுரண்டலில் ஈடுபடுகின்றன, மனித சமூகத்தைக் குறித்த அக்கறையின்றி தங்களுடைய இலாப குவிப்பிலேயே குறியாக இருக்கின்றன என்பதெல்லாம் உண்மைதான். அதே சமயத்தில் வெகுசன பயன்பாட்டிற்கு கொண்டுவரப்படும் தொழில்நுட்பங்களை சுரண்டப்படும் மக்களுக்கான தொழில்நுட்பமாக நாம் மாற்றியதுண்டா? தொழில்நுட்பங்களை பழகுவதன் மூலம் அடித்தள மக்களுடைய பொருளாதார விடுதலைக்கான வாய்ப்புகள் (அதிக அளவில் இல்லையென்றாலும் குறிப்பிட்ட அளவில்) இருப்பதை நாம் அவர்களுக்கு உணர்த்தியதுண்டா?

விசயமறிந்த நம்மில் ஒருவர் சமூக பிரச்சனைகள் குறித்து பேசட்டும், மற்றொருவர் எதிர்கால தொழில்நுட்ப வளர்ச்சிகளை அடித்தள மக்களும் பயன்படுத்தி தற்சார்புடன் இருப்பதற்கான வழி வகைகளை எப்படி அவர்களிடம் கொண்டு சேர்ப்பது என்பது குறித்து பேசுவோம் என்று பேசியதுண்டா? விசயமறிந்த நாம் தொழில்நுட்பங்களை பழகுவதும் அதைக் குறித்து நம்மை அப்டேட் செய்துக்கொள்வதுமே பெரும் பிரச்சனையாக இருக்கிறதே.

இன்றைய தொழில்நுட்பங்கள் (இனி வரும் நாட்களிலான தொழில்நுட்பங்களும்) சமூகத்தின் ஒவ்வொரு அங்கத்தையும் அடியோடு புரட்டிப்போட்டு புதிய தொழில் மற்றும் சமூக விதிகளை அமைத்துக்கொண்டிருக்கிறது. நாம் இன்னமும் இரண்டாம் தொழிற்புரட்சிக் காலக்கட்ட சிந்தனைப்போக்கிலேயே இன்றைய தொழில்நுட்பங்களையும் அனுகிக்கொண்டிருக்கிறோம். காதுள்ளவன் கேட்க கடவன் என்பது சரிநிகர் சமூகத்தை விரும்பிய இயேசுவின் அறைகூவல். அதையேத்தான் நாமும் சொல்கிறோம், காதுள்ளவன் கேட்க கடவன்.

பத்து அல்லது பதினைந்து வருடங்களில் குடிசைத் தொழிலாக மாறயிருக்கும் விண்வெளி மற்றும் ராக்கெட் தொழில்நுட்பங்களைக் குறித்தும் அதன் தொழில் வாய்ப்புகளைக் குறித்தும் இப்போதிலிருந்தே நாம் சார்ந்த சமூகத்தில் விழிப்புணர்வை ஏற்படுத்துவது அவசியமாகிறது. எப்படியான தொழில் வாய்ப்புகள் இருக்கின்றன.

**விண்கல் சுரங்கம் (*Asteroid Mining*)**

இவ்வளவு உயரமும், இவ்வளவு விட்டமும் கொண்ட விண்கல் இவ்வளவு வேகத்தில் பூமியை நோக்கி வந்துகொண்டிருக்கிறது.

பூமியின் மோதுமா மோதாதா என்று விஞ்ஞானிகள் இரவும் பகலுமாக பார்த்துக்கொண்டிருக்கிறார்கள் என்பது போன்ற செய்திகளை நாம் தொடர்ச்சியாக படித்திருப்போம் (ஆனால் இதுவரை ஒன்றும் நம் தலையில் விழுவதாக இல்லை). இப்படியான செய்திகளை தருவது வழமையான சிந்தனைப் போக்கு கொண்ட நாசா.

ஆம் சரியாகத்தான் படித்தீர்கள். நாசாவேத்தான். நம்மாட்கள் அதிகபட்ச அறிவியல் ஆதாரமாக கட்டுவது நாசாவைத்தானே என்று கேட்கலாம். டெக் நிறுவனங்கள் நாசாவை எப்போதோ ஓரங்கட்டி உட்கார வைத்துவிட்டன. விண்கற்கள் நம் தலையில் விழுந்து அழிவை ஏற்படுத்தும் என்று பூச்சிக் காட்டிக்கொண்டிருந்த நாட்கள் மலையேறிவிட்டன.

விண்கற்கள் என்பது விண்ணில் மிதக்கும் கனிம வள சுரங்கங்கள் என்பது இன்றைய டெக் நிறுவனங்களின் புதிய தகவல். பூமியில் நாம் பார்க்க கூடிய நமக்கு நன்கு பழக்கமான பல கனிம வளங்கள் – உதாரணமாக இரும்பு, பிளாட்டினம் – விண்கற்களிலும் உண்டு.

விண்கற்கள் எத்தகைய கனிமங்களால் உருவானவை என்பது குறித்து பல பத்தாண்டுகளுக்கு முன்பே தெரிந்திருந்தாலும் அவற்றில் சுரங்கங்களை அமைத்து அவற்றின் கனிம வளங்களை பூமிக்கு கொண்டுவரக் கூடிய தொழில்நுட்பங்களை குறித்து பேசத் தொடங்கியிருக்கின்றன டெக் நிறுவனங்கள். குறிப்பிட்ட அளவிலான விண்கற்கள் (மில்லியன் கணக்கில் விண்கற்கள் இருக்கின்றன) சுமார் ஒரு கிலோ மீட்டர்கள் சுற்றளவு கொண்டவையே. உருவில் பெரிய விண்கற்களும் இருக்கின்றன.

விண்கற்கள் எங்கிருக்கின்றன?
விண்கற்கள் பெல்டில் (Asteroid Belt).

விண்கற்கள் பெல்ட் எங்கிருக்கிறது?
செவ்வாய் கிரகத்திற்கும் வியாழன் கிரகத்திற்கும் இடைப்பட்ட விண்வெளிப் பகுதியில் (interplanetary space).

பூமியிலிருந்து எவ்வளவு தொலைவில் இந்த விண்கற்கள் பெல்ட் இருக்கிறது?
சுமார் 500 முதல் 700 மில்லியன் கிலோ மீட்டர்கள் தொலைவில்.

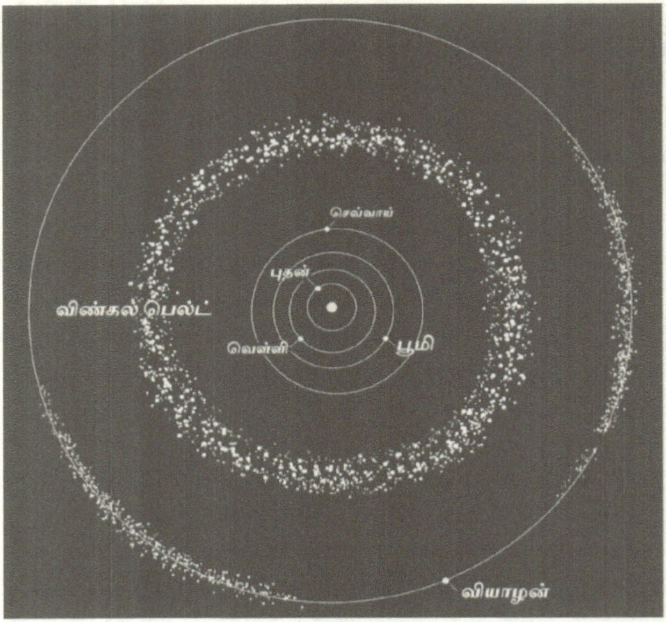


பூமியையும் மற்ற கோள்களையும் போல விண்கற்கள் பெல்டிலிருக்கும் மில்லியன் கணக்கான விண்கற்களும் சூரியனை சுற்றி வருக்கின்றன. பூமிக்கு அருகிலும் கூட விண்கற்கள் இருக்கின்றன. இவையும் பூமியோடு சேர்ந்து சூரியனை சுற்றிக்கொண்டிருக்கின்றன. இவற்றுக்கு நியர் எர்த் ஆஸ்டிராய்ட்ஸ் *(Near-Earth asteroids - NEAs)* என்றுப் பெயர். ஆயிரத்திற்கும் மேற்பட்ட விண்கற்கள், நியர் எர்த் ஆஸ்டிராய்ட்சாக சூரியனை சுற்றிக்கொண்டிருக்கின்றன. பூமியிலிருந்து இவற்றின் தொலைவு சுமார் *200* மில்லியன் கிலோ மீட்டர்கள்.

இவை சூரியனை சுற்றி வருகையில் அவ்வப்போது பூமியின் சுற்று வட்டப்பாதையில் வருவதும் உண்டு. ஆக இவையும் நம்மை விட்டு எங்கும் போய்விடாமல் நிரந்தரமாக நம்முடன் பயணித்துக்கொண்டிருப்பவை. இத்தகைய விண்கற்களை ஆய்வு செய்வதற்கென்றே உருவாக்கப்பட்டது நியர் எர்த் ஆஸ்டிராய்ட் ரென்டோவா *(Near Earth Asteroid Rendezvous - NEAR)* செயல் திட்டம்.

இதன்படி நியர் ஷூமேக்கர் *(NEAR Shoemaker)* என்கிற விண்கலம் ஹீரோஸ் *(Eros)* விண்கல்லை சென்றடைந்து (ஜனவரி *1999*-ல் சென்றடைந்தது) சுமார் ஒரு வருடம் அதை சுற்றி வந்தது. பின்னர் படிப்படியாக தன்னுடைய சுற்று வட்டப் பாதையை

குறைத்துக்கொண்டே வந்து இறுதியில் *(2001-ல்)* அந்த விண்கலம் ஹீரோஸ் விண்கல்லில் தரையிறங்கியது. தரையிறங்கிவிட்டு தேமே என்று வேடிக்கை பார்த்துக்கொண்டிருந்திருக்குமா என்ன. ஹீரோஸ் புகைப்படங்களை பூமிக்கு அனுப்பியது.

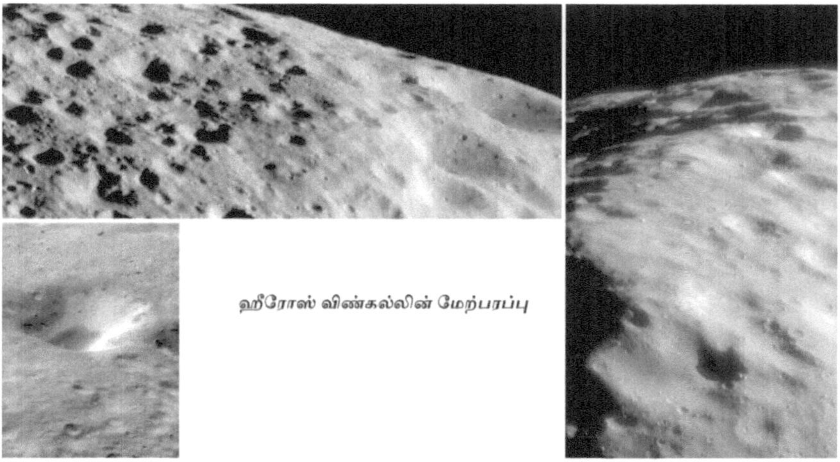

ஹீரோஸ் விண்கல்லின் மேற்பரப்பு

விண்கற்களை ஆய்வு செய்வதில் முதலிடத்தில் இருப்பவர்கள் ஜப்பானியர்கள். அவர்களுடைய ஹையபூசா விண்கலம் *(Hayabusa)* இந்த விசயத்தில் பெயர்போனது. ஹையபூசா-*1*, டோக்காவா *(Itokawa)* விண்கலத்தில் தரையிங்கி அதன் மாதரிகளை எடுத்துக்கொண்டு *2010*-ல் பூமிக்கு திரும்பியிருக்கிறது. டிசம்பர் *2014*-ல் பூமியிலிருந்து புறப்பட்ட ஹையபூசா-*2* விண்கலம், ரைகூ *(Ryugu)* விண்கல்ளில் *2018*-ல் தரையிறங்கியது.

அதன் *MASCOT (Mobile Asteroid Surface Scout)* ரோபாட்டிக் வாகனம் ஏறத்தாழ ஒரு வருடமாக ரைகூ விண்கல்லின் மேல் சுற்றித் திரிந்து தேவையான தகவல்களை எடுத்துக்கொண்டு டிசம்பர் *2019*-ல் ரைகூவிலிருந்து புறப்பட்டுவிட்டது. இந்த வருடத்தின் (அதாவது டிசம்பர் *2020*) முடிவில் ஹையபூசா-*2* விண்கலம் பூமிக்கு திரும்பும்.

அடுத்து குறிப்பிடும்படியான விண்கலம் நாசாவினுடைய ஒசைரிஸ் ரெக்ஸ் *(OSIRIS-REx)*. பென்னு *(Bennu)* விண்கல்லை ஆய்வு செய்ய செப்டம்பர் *2016*-ல் பூமியிலிருந்து புறப்பட்டது. பென்னு விண்கல்லை ஆகஸ்ட் *2018*-ல் சென்றடைந்த ஒசைரிஸ் ரெக்ஸ் தற்போது பென்னுவை சுற்று வந்துகொண்டிருக்கிறது. இன்னும் இரண்டு மாதங்களில் (அதாவது ஜூலை *2020*) பென்னு விண்கல்லின் மீது தரையிறங்க

இருக்கிறது. அதன் மாதரிகளை எடுத்துக்கொண்டு செப்டம்பர் 2023-ல் இந்த விண்கலம் பூமிக்கு வந்துவிடும்.

கோள்களில் தரையிறங்குவதைவிட விண்கற்களில் தரையிறங்கி மீண்டும் புறப்படுவது இயற்பியல் அடிப்படையிலும் இன்றைய தொழில்நுட்பங்களின் அடிப்படையிலும் மிகவும் சாத்தியமான ஒன்றே. கோள்களைப்போல விண்கற்களுக்கு வளி மண்டலம் *(atmosphere)* கிடையாது. மேலும் அவற்றின் ஈர்ப்பு விசையும் மிகவும் குறைவே. இதன் காரணமாக அவற்றின் மீது தரையிறங்குவதில் எத்தகைய பிரச்சனைகளும் இருக்காது.

விண்கலங்கள் அதன் மேற்பரப்பில் மோதி விபத்துக்குள்ளாகிவிடும் என்கிற ஆபத்துகளும் கிடையாது. விண்கலங்கள் இதற்காக அதிக எரிபொருளைபயன்படுத்தவேண்டும்என்கிறஅவசியமும்கிடையாது. மேலும் விண்கற்களை விட்டு கிளம்பவும் விண்கலங்களுக்கு அதிக வேகமும் சக்தியும் தேவைப்படாது.

விண்கல்லின் மீது இறங்கினோமா, அதன் கனிமங்களை எடுத்தோமா, மீண்டும் விண்கலத்தில் ஏறினோமா, பூமியை வந்தடைந்தோமா என்று இருக்க வேண்டியதுதான். பூமியிலிருந்து நாம் மேலே பார்த்த நியர் எர்த் ஆஸ்டிராய்ட்களுக்கு சென்று வர மொத்தமாக நான்கு வருடங்கள் பிடிக்கும். அதிக எண்ணிக்கையில் விண்கலங்களை அனுப்பும்போது வருடத்திற்கு பல விண்கலங்கள் தொடர்ச்சியாக விண்கல் கனிமங்களை பூமியிக்கு கொண்டு வரும் நிலையை எட்டுவது மிக எளிது.

நான்கு வருடங்கள் என்பது மிக அதிக கால இடைவெளியாக தோன்றினால், பதினாறாம் நூற்றாண்டு ஐரோப்பிய கிழக்கிந்திய கம்பெனிகளின் கப்பல்களை இங்கே ஒப்பீட்டளவில் பார்ப்பது சரியானதாக இருக்கும். ஐரோப்பாவிலிருந்து தெற்காசிய நாடுகளுக்கு புறப்பட்ட கிழக்கிந்திய கப்பல்கள் சுமார் மூன்று வருடங்கள் கழித்தே சொந்த நாட்டிற்கு திரும்புவது வழக்கமாக இருந்தது.

ஆனால் அதிக அளவில் கப்பல்களை அவை பயன்படுத்தியதால் வருடத்திற்கு பல கப்பல்கள் தெற்காசிய சரக்குகளை ஐரோப்பிய நாடுகளுக்கு கொண்டு வந்தன. மிகச் சரியாக இதுதான் விண்கற்கள் சுரங்கத் தொழிலிலும் நடக்க இருக்கிறது.

இதில் யாருக்கு நம்மை அதிகமென்றால் காட்டுயிர்களுக்கும் பழங்குடிகளுக்குமே. கனிமங்கள் எடுக்கிறேன் என்று அவற்றின் அவர்களின் வாழ்விடங்களை அழிப்பது சுத்தமாக நின்றுபோகும்.

விண்கற்களில் புதைந்திருக்கும் கனிமங்களுக்கு ஏற்ப அவற்றை வகை பிரித்திருக்கிறார்கள். *M, E, S, C, P, D* இவை விண்கற்களின் வகை. *M* வகை விண்கற்களில் உலோகங்களும், *E* வகையில் சிலிக்கேட் பாறைகளும், *S* வகையில் இரும்பும், *C* வகையில் தண்ணீரும், *P* மற்றும் *D* வகையில் உறைபனியும் புதைந்திருப்பதாக தெரியவந்திருக்கிறது. கனிமங்களுக்கு அடுத்து தண்ணீர் எடுக்க *C* வகை விண்கற்கள் பயன்படலாம் என்கிற முடிவிற்கு வந்திருக்கிறார்கள்.

இதெல்லாம் எப்படி சாத்தியமாகும் என்று இவ்வளவிற்கு பிறகும் உங்களுக்கு சந்தேகமிருந்தால் இந்த பொருளாதார கணக்கை கொஞ்சம் பாருங்கள். விண்வெளி தொழில்களின் (குறிப்பாக விண்வெளி சுங்கத் தொழில்) மொத்த வருமானம், *2040* வாக்கில் சுமார் *3* டிரில்லியன் டாலர்களாக இருக்கும் என்று கணிக்கப்பட்டிருக்கிறது.

இதற்கான அடித்தளத்தைத்தான் ஜெப் பேசோசின் புளூ ஆரிஜினும், எலன் மஸ்கின் ஸ்பேஸ் எக்சும் இப்போது அமைத்துக்கொண்டிருக்கின்றன.

இது தொடர்பாக எழுதுவதற்கு இன்னும் நிறைய இருக்கிறது. ஆனால் இந்த புத்தகத்திற்கான பக்க எண்ணிக்கை கட்டுப்பாடு கருதி இத்துடன் நிறுத்துகிறேன். அநேகமாக இந்த புத்தகத்தின் இரண்டாம் பாகத்தில் இங்கே விட்ட இடத்திலிருந்து இதை தொடர்வோம்.

## டைம் லைன்

| | |
|---|---|
| ஜெப் பேசோஸ் *(Jeff Bezos)*, ப்ளூ ஆபரேஷசன்சை தொடங்குகிறார். இது பின்னாட்களில் ப்ளூ ஆரிஜின் *(Blue Origin)* | செப்டம்பர் *2000* |
| எலன் மஸ்க் *(Elon Musk)*, *Space Exploration Technologies* ஒருங்கிணைக்கிறார். | மார்ச் *2002* |
| முதல் தனியார் வணிக விண்வெளி வாகனம் *SpaceShipOne* | டிசம்பர் *2003* |
| ரிச்சர்ட் பிரான்சன் *(Richard Branson)*, *SpaceShipOne* தொழில்நுட்பத்தை விலைக்கு வாங்குகிறார் | செப்டம்பர் *2004* |
| *SpaceShipOne* தொழில்நுட்பம் அன்சாரி எக்ஸ் பரிசை வெல்கிறது | அக்டோபர் *2004* |
| ப்ளூ ஆரிஜின் தன்னுடைய சாரோன் *(Charon)* ராக்கெட் இயந்திரத்தின் முதல் சோதனை ஓட்டத்தை நிகழ்த்துகிறது | மார்ச் *2005* |
| ஸ்பேஸ் எக்ஸ் தன்னுடைய பால்கன் *(Falcon 1)* ராக்கெட்டின் சோதனை ஓட்டத்தை நிகழ்த்துகிறது. இது தோல்வியில் முடிவடைகிறது | மார்ச் *2006* |

| | |
|---|---|
| *NASA*, ஸ்பேஸ் எக்சிற்கு *278* மில்லியன் டாலர்கள் மதிப்பிலான ஒப்பந்தத்தை வழங்குகிறது | ஆகஸ்ட் *2006* |
| ப்ளூ ஆரிஜின் தன்னுடைய கோடார்ட் *(Goddard)* ராக்கெட்டின் சோதனை ஓட்டத்தை நிகழ்த்துகிறது | நவம்பர் *2006* |
| ஸ்பேஸ் எக்சின், பால்கன் *(Falcon 1)* முதல் முறை வெற்றிகரமாக பூமியின் சுற்று வட்டப் பாதையை அடைகிறது | செப்டம்பர் *2008* |
| சர்வதேச விண்வெளி நிலையத்திற்கு *(International Space Station)* சரக்குகளை எடுத்து செல்லும் *1.6* பில்லியன் டாலர்கள் ஒப்பந்தத்தை *NASA* ஸ்பேஸ் எக்சிற்கு வழங்குகிறது | டிசம்பர் *2008* |
| ஸ்பேக்ச் எக்சின் பால்கன் *(Falcon 9)* வெற்றிகரமாக விண்ணில் பறக்கிறது | ஜூன் *2010* |
| *NASA*-வின் இறுதி விண்கலம் *(space shuttle)* விண்ணில் ஏவப்படுகிறது | ஜூலை *2011* |
| ப்ளூ ஆரிஜினுடைய *PM-2*, சோதனை ராக்கெட் வெடித்து சிதறுகிறது | ஆகஸ்ட் *2011* |
| ஸ்பேஸ் எக்சின் டிராகன் *(Dragon)* விண்கலம், சர்வதேச விண்வெளி நிலையத்தை அடைந்த முதல் தனியார் வணிக விணகலம் என்கிற பெருமை பெறுகிறது | மே *2012* |

| | |
|---|---|
| *Launch Complex 39A* தொடர்பாக ஸ்பேஸ் எக்சிற்கும், ப்ளூ ஆரிஜினுக்கும் இடையே பதட்டம் நிலவுகிறது | செப்டம்பர் *2013* |
| பென்டகன் ஒப்பந்தம் தொடர்பாக ஸ்பேஸ் எக்ஸ், அமெரிக்க வான் படை மீது வழக்கு தொடுக்கிறது | ஏப்ரல் *2014* |
| *NASA* விண்வெளி வீரர்களை சர்வதேச விண்வெளி நிலையத்திற்கு அழைத்து செல்லும் ஒப்பந்தத்தை போயிங்கும் *(Boeing)* ஸ்பேஸ் எக்சும் பெறுகின்றன | செப்டம்பர் *2014* |
| விர்ஜின் கேலக்டிக்கின் *(Virgin Galactic)*, *SpaceShipTwo* வாகனம் அமெரிக்க மோஜோவி பாலைவனத்தில் விபத்துக்குள்ளாகிறது | அக்டோபர் *2014* |
| ப்ளூ ஆரிஜின் தன்னுடைய *New Shepard* ராக்கெட்டை முதல் முறை வெற்றிகரமாக விண்ணில் ஏவுகிறது | ஏப்ரல் *2015* |
| ஸ்பேஸ் எக்சின் பால்கன் *9 (Falcon 9)* சர்வதேச விண்வெளி நிலையத்திற்கு சரக்குகளை எடுத்து செல்வதற்காக ஏவப்பட்டபோது வெடித்து சிதறுகிறது | ஜூன் *2015* |
| கேப் கனவேரலில் உள்ள *Launch Complex 36*-ல் இருந்து ப்ளூ ஆரிஜின் தன்னுடைய சுற்றுவட்டப் பாதை ராக்கெட்டை ஏவும் என்று பேசோஸ் அறிவிக்கிறார் | செப்டம்பர் *2015* |

# *Reference Books*

*Elon Musk: Tesla, SpaceX, and the Quest for a Fantastic Future by Ashlee Vance*

*Realizing Tomorrow: The Path to Private Spaceflight by Chris Dubbs*

*Rocket Billionaires: Elon Musk, Jeff Bezos, and the New Space Race by Tim Fernholz*

*Rocketeers: How a Visionary Band of Business Leaders, Engineers, and Pilots Is Boldly Privatizing Space by Michael Belfiore*

*Spaceflight: The Complete Story from Sputnik to Curiosity by Giles Sparrow*

*The New Space Race: China Vs. USA by Erik Seedhouse*

*The Space Barons: Elon Musk, Jeff Bezos, and the Quest to Colonize the Cosmos by Christian Davenport*

*Rocket Propulsion Elements by George P Sutton & Oscar Biblarz*

*Eccentric Orbits: The Iridium Story by Joe Bob Briggs*

*How to Make a Spaceship: A Band of Renegades, an Epic Race, and the Birth of a Private Spaceflight by Julian Guthrie*

*The Case For Space: How The Revolution In Spaceflight Opens Up A Future Of Limitless Possibility by Robert Zubrin*

*Operation Paperclip: The Secret Intelligence Prgoram That Brought Nazi Scientists To America by Annie Jacobsen*

*The Rocet and the Reich: Peenemude and the Coming of the Ballistic Missle Era by Michael J. Neufeld*

*Space Mining and Manufacturing: Off-World Resources and Revolutionary Engineering Techniques by Davide Sivolella*

www.ingramcontent.com/pod-product-compliance
Lightning Source LLC
LaVergne TN
LVHW040803051026
849519LV00007BA/2600
* 9 7 8 9 3 9 1 4 8 0 4 9 3 *